மோகினி

(சிறுகதைகள்)

ந. பிச்சமூர்த்தி

Title: Mohini

Author: N. Pichamurthy

Language: Tamil

First Published on: 1951

Year of Publication: 2025

Book Format: Paperback

*Page Size: 6inch * 9inch*

Category: Fiction

Subject: Short Stories

No. of pages: 172

ISBN: 978-81-685112-5-5

Published by: Nilan Publishers, Madurai, Tamilnadu, India

பொருளடக்கம்

குறிப்புகளுக்காக

மோகினி

இன்றுடன் ஒரு வருஷம் ஆகப்போகிறது. சுந்தரப்பையர் தம்முடைய பாந்தவ்யத்தை ஒட்டி இன்று ஏதேனும் சடங்குகள் செய்வார். ஆனால் என்னைப் பொறுத்த வரையில், என் ஆருயிர் நண்பன் கைலாசத்தின் வெகு விசித்திரமான வாழ்க்கையைப் பற்றி இதை எழுதி வெளியிடுவதைத் தவிர வேறு எதுவும் எனக்கு இன்பம் அளிக்காது. மனத்தத்துவ ஆராய்ச்சிக் காரர்களுக்கும் டாக்டர்களுக்கும் இது நல்ல அறிவு விருந்தாகும். உங்களுக்கு எப்படியோ? ஆனால் என் கடமையைச் செலுத்துவதில் உங்கள் விருப்பையோ வெறுப்பையோ நான் ஏன் லட்சியம் செய்யவேண்டும்?

கைலாசமும் நானும் சேர்ந்தாற்போல் பி.ஏ. பட்டம் பெற்றுக் கலாசாலையை விட்டு வெளியேறியவர்கள். அவன் அதிருஷ்டம் வெகு சீக்கிரமாகக் கோயம்புத்தூர்ப் பள்ளிக்கூடத்தில் ஒரு வேலை கிடைத்துவிட்டது. நான் ஊரிலேயே சௌக்கியமாகச் சாப்பிட்டுக் கொண்டிருந்தேன். அவன் ஊரை விட்டுப் போன ஒரு மாதம் வரையில் எனக்குக் கடிதங்கள் எழுதி வந்தான். பிறகு எங்களுக்குள் சுமார் ஆறு மாதம் வரையில் கடிதப் போக்குவரத்தே இல்லை.

ஒரு நாள் காலையில் பொழுது போக்குக்காகத் திண்ணையில் உட்கார்ந்திருந்தேன். தபால்காரன் ஒரு கவரைக் கொடுத்துவிட்டுப் போனான். உறையின் மேலிருந்த எழுத்து, கைலாசத்தினுடையது. இவ்வளவு மாதங்கள் கழித்துவந்த தபாலைப் பார்த்ததும் எனக்குச் சந்தோஷம். உறையை உடைத்துக் கடிதத்தைப் படித்தேன்.

கோயம்புத்தூர்,
21.3.1933.

ஆருயிர் நண்பா,

இவ்விடம் சேஷமம், அவ்விடம் சேஷமம் என்று மூடத் தபால்கள் எழுதாததற்கு நீ கோபிக்க மாட்டாய் என்று நம்புகிறேன். நமது நட்பு இதைப் போன்ற தொடர்புகளை யெல்லாம் தாண்டி நிற்கிறது என்ற தைரியம். நீ அப்படி நினைக்காவிட்டால் இவ்வளவு நாள் எழுதாதவற்றை யெல்லாம் இதோ சேர்த்து வைத்து எழுதியிருக்கிறேன். சமாதானமாயிற்றா? நமக்கிடையில் கிடந்த மௌனத்தை இந்தக் கடிதம் கலைக்கும்; குளத்தில் கல்லைப் போட்டது போல் உன் மனத்தில் அலைகளை உண்டாக்கும். அவற்றிலிருந்து என் மனத்தில் எவ்வளவு கோடி மடங்கு கிளர்ச்சி ஏற்பட்டிருக்க வேண்டுமென்று நீயே எளிதில் அறிவாய். நேற்று என் வாழ்க்கையில் ஒரு பெரிய அதிசயம் ஏற்பட்டிருக்கிறது. கண்டறியாத இன்பத்தை நான் அநுபவித் திருக்கிறேன். இன்பத்தைப் பகிர்ந்து கொடுப்பது மனித சுபாவம்; நட்புக்கு நுரையீரல். அதிலும் நம்முடைய நட்போ தெய்விகமானது; ஒரு நுரையீரலுக்கும் மற்றொன்றுக்கும் உள்ளது போன்ற ஜீவ்ய சம்பந்தம். உன்னிடம் சொல்லாமல் எப்படி இருப்பேன்?

நேற்று இரவு ஏதோ படித்துக் கொண்டிருந்தேன். படிப்பு முடிந்ததும் படுக்கை போட்டேன். எவ்வளவு நேரம் தூங்கி யிருப்பேனோ அறியேன். திடீரென்று விழித்தெழுந்ததும் கண்ணில் பட்டது என் அருகில் உட்கார்ந்திருந்த ஒரு பெண்ணின் உருவம். எப்படியென்று சொல்லக்கூடவில்லை

இருட்டில் கூட அவளுடைய கண்கள் சீமைச் சாராயம் போல் மயக்கின; என் நினைவை அழித்தன. அவள் வாடாமல்லிகை வர்ணத்தில் ஒரு பட்டுச் சேலை அணிந்திருந்தாள். அவள் இந்த மண்ணுலகத்துப் பெண்ணல்ல. ஒரு கணம் என்னை இமை கொட்டாமல் பார்த்தாள். பிறகு, வா என்று ஜாடை

காட்டினாள். புண்ணியம் இருந்தால் முடவனுக்கும் கொம்புத்தேன் கிடைக்கும்.

என்னைக் கூப்பிட்டதும் எனக்குத் தலைகால் தெரியவில்லை. வாசற் கதவைத் திறந்து கொண்டு போய்விட்டேன். தெருக்கள் வழியாக நானும் அவளுமாகக் கைகோத்துக் கொண்டு இன்ப மயக்கத்தில் சென்றோம். எங்கள் மயக்கத்துடன் பூர்ண சந்திரனுடைய தூய போதையும் கலந்திருந்தது. ஆகையால் என்ன பேசினோம் அல்லது பேசினோமா என்ற விஷயம் ஒன்றுமே ஞாபகம் இல்லை.

கடைசியாகச் சேர்ந்த இடம் இந்த ஊர்க் காடு. ஒரு பெரிய ஆலமரத்தின் அடியில் நின்று, "காதலா! இது தான் நமது விடுதி'' என்றாள். அந்த ஆலமரத்தின் விழுதுகளில் ஒரு பலகை ஊஞ்சல் போல் கட்டியிருந்தது. "அன்பா! உட்கார்'' என்று காது குளிரச் சொல்லித் தானும் பக்கத்தில் அமர்ந்தாள். அப்போதுதான், “உன் பெயரைக் கேட்க மறந்துவிட்டேனே!” என்றேன்.

"என் பெயர் மோகினி. உண்மையாய், உட்பொருளாய், தத்துவமாய்ப் பார்த்தால், உலகில் உள்ளோரின் அந்தரங்க ஆசைகளைப் பூர்த்தி செய்யும் ஆதர்சம்; உலகின் அவாக்களைத் தூண்டும் அங்குசம்; தெய்வ வெறி" என்றாள்.

"எனக்கு உபந்நியாசங்கள் வேண்டாம். நீ எனக்கு வெறும் மோகினியாக இருந்தால் போதும்; உனக்கு நூற்றெட்டு நமஸ்காரம்'' என்றேன்.

"நல்ல பேச்சுப் பேசுகிறாய்; கைகொடு'' என்று கையைக் குலுக்கினாள்.

இப்படியெல்லாம் ஊஞ்சலில் உட்கார்ந்து ஏதேதோ பேசிக் கொண்டிருந்தபோது, பின்பக்கத்தினின்று ஒரு பெருங் காற்றுக் கிளம்பிற்று. ஊஞ்சல் ஆடவே மோகினியின் தலைமயிர் அவிழ்ந்து இடுப்பு வரையில் விழுந்தது. ஒவ்வொரு சமயம், காற்றின் வேகத்தில் சந்திரனை மறைக்கும்

கருமேகங்கள் போல் தலைமயிர் அவள் முகத்தை மறைத்தது. அடடா! அந்த அழகே அழகு! காற்று ஓய்ந்ததும் காதற்கனல் வீசிற்று. உன்னிடம் சொல்ல வெட்கம் என்ன? ஒருவரை ஒருவர் தழுவி முத்தமிட்டோம். அவளுடைய தலைமயிர் பாம்புகள் போல் என் முகத்தின் மீதும் தோள்களின் மீதும் விழுந்தன. அவளுடைய கண்களை - சந்திரனில்லாத இரவுகளில் தெரியும் கடலே போன்ற அவ்வாழ்ந்த கண்களைப் பார்த்தேன். அழகைக் கொள்ளையடிக்க முயன்றேன். அழகை மாத்திரம் வாரி எடுக்க முடிந்தால், ஆ! இப்படி இருப்பேனா! ஊஞ்சல் முடிந்தது; "கிளியே! ஒரு பாட்டு" என்றேன்.

"எப்போதென்று காத்திருக்கிறேனே. இதோ நீ பாடும் தோரணையில் பாடுகிறேன், கேள்" என்றாள். எவ்வளவு ஆணித்தரமாகப் பாட்டு என் மனத்தில் பதிந்திருக்கிறது!

"காதலில் ஒன்றுபட்டுக்
கருத்தில் நாம் ஏகமாகிச்
சாதலை வெல்வோமடீ - கிளியே
சாசுவத மாவோமடீ.
மரங்கள் வெளியிடையே
காற்றின் சதங்கையொலி
பரந்த ஒளிப்பாவையைக் - கிளியே
போற்றிப் புகழுதுபார்!"

இப்படிச் சில அடிகள் பாடுவதற்குள் மோகினி கீதம் இசைப்பதே மறந்து போயிற்று. அக்காட்டில் - மர நிழலில் - வான வெளியில் - மதுர நிலவில் எங்கும் காதலின் குரல்! காதலின் தீங்குரல்! அந்தத் தீஞ்சுவைக் குரலின் தேன்மடை வாயானான் பூர்ண சந்திரன். அந்த இன்னிசையின் அலை பரவி உலகைப் பரவசமாக்கிற்று. சில செடி கொடிகளின் மொட்டுக்கள் காதலின் புது வியப்பில் பூத்தன. மருதோன்றிப் பூவின் மணமும், பன்னீர்ப்பூவின் லாகிரியும், காட்டுப் புஷ்பங்களின் வாசனையும் காற்றில் மிதந்து வந்தன.

'ஒரு ராகம் பாடு'' என்று மெய்ம்மறந்து கெஞ்சினேன். "ஒரு பாட்டுப் போதாதோ?" என்று எடுத்தாள் மோகன ராகத்தை. அவள் பாடியது, அந்த ராகத்தில் தூங்கிக் கிடக்கும் அவ்வளவு ரஞ்சனையும் பிரமிக்கும்படி எழுந்தது. நமது படு உலகின் வெறும் பேச்சுக்களுக்கு அப்பால், நமது அற்பர்களின் சிறு விதிகளுக்கும் 'பூச்சாண்டி'களுக்கும் அப்பால், வளர்தல், குறைதல், நிறைதல், மூத்தல் முதலிய ஜீவாவஸ்தைகளுக்கும் அப்பால் உள்ள சாவாக் காதலை, தெவிட்டா இன்பத்தை அப்பாட்டில் கண்டேன்; லயமடைந்தேன். ஆகா! என்ன பாக்கியம் எனக்கு! மோகினியும் மோகனமும்!

அந்தச் சோக மதுரத்தில் அப்படியே கண்ணயர்ந்து விட்டேன் போலும்! ஏனெனில் காலையில் விழித்தெழுந்த போது என் பழைய மெத்தையிலேதான் படுத்திருந்தேன். வெகு வியப்பாக இருந்தது. வீட்டை விட்டுப் போனதென்னவோ வாஸ்தவம். மோகினியைப் பார்த்து, மோகன ராகத்தைக் கேட்டு மகிழ்ந்த தென்னவோ வாஸ்தவம். வீட்டுக்குத் திரும்பி வந்தது எப்படி? அதுதான் புரியவில்லை.

இன்று எழுந்திருந்தது முதல், நண்பா, எனக்கு இருப்புக் கொள்ளவில்லை; ஒன்றிலும் ருசியில்லை. அருவியின் கரையில் போய் உட்கார்ந்து, கூழாங்கற்களைப் பொறுக்கி ஜலத்தில் எறிந்த வண்ணமே பொழுதைப் போக்கினேன். தெளிவான அருவி ஜலத்தை மர நிழல் ஒரு புறத்தில் பாழ்படுத்துவதையும் மற்றொரு புறத்தில் வனப்புறச் செய்வதையும் பார்த்தேன். இயற்கைத் தேவி கூடவா என் மன நிலைமையைச் சித்திரித்துக் காட்ட வேண்டும்?

சூரியன் உச்சிக்கு ஏறிய பிறகு கடனைத் தொலைக்க வேண்டுமே என்று குளித்தது போலவும் சாப்பிட்டது போலவும் பாவனை செய்தேன்.

மோகினியை ஒரு நிமிஷங்கூட மறக்க முடியவில்லை. இன்றிரவு தரிசனம் கிடைக்குமா என்ற ஏக்கம். இந்தத் தவிப்பை ஒருவாறு சாந்தப்படுத்துவதற்காகவே இதை எழுதத்

தொடங்கினேன் என்று கூடச் சொல்லலாம். இரண்டு மணிக்குத் தொடங்கிய காகிதம் இப்போது ஐந்து மணிக்குத்தான் முடிகிறது. மௌனமாகத் திகைத்து உட்கார்ந்திருந்த நிமிஷங்கள் எவ்வளவு! வானத்தின் நீலக்கூரையைப் பார்த்த வண்ணம் போன பொழுது எத்தனை!

நண்பா! நான் தன்னியன். பரம திருப்தி அடைந்திருக்கிறேன்... இல்லை; பரம அதிருப்தி அடைந்திருக்கிறேன். மோகினி மனம் வைத்தால்தான் பிழைப்பேன்.

நண்பன்,
கைலாசம்.

கடிதத்தைப் படித்ததும் எனக்குச் சந்தேகம் உண்டாகி விட்டது. 'கைலாசத்துக்குச் சித்தக் கோளாறா? அல்லது உண்மையில் ஏதேனும் திவ்வியப் பெண்ணைச் சந்தித்தானா? மோகினி என்றால் நோயல்லவா?' என்று பலவாறு எண்ணினேன். நண்பன் கடிதத்தில் சொல்லிய படி என் மனம் பிரமாதமாக அலைபட்டது. கடிதத்தைத் திருப்பித் திருப்பிப் படித்தேன். படித்ததுதான் மிச்சம்.

அன்றைத் தினம் பாக்கிப் பொழுதை எப்படியோ தள்ளினேன். மறுநாளும் தபால்காரன் ஒரு கவர் கொடுத்து விட்டுப் போனான். என் நண்பன் எழுத்து! 'இன்னும் என்ன!' என்று அவசரமாக உறையைக் 'கோணா மாணா' என்று கிழித்தேன்.

கோயம்புத்தூர்,
22.3.'33.

ஆருயிர் நண்பா,

மறுபடியும் மோகினியைப் பார்க்கும் பாக்கியம் பெற்றேன்.

நேற்று முன்னிரவிலேயே படுக்கை போட்டு விட்டேன். இரவு பன்னிரண்டு மணி இருக்கலாமோ என்னவோ? முந்திய இரவின் இன்ப நாடகம் தொடங்கிற்று. வீட்டை விட்டு

ஊஞ்சலை அடைந்தோம். "பகல் என்பதே இல்லாமல் செய்யக் கூடிய தந்திரம் உனக்குத் தெரியாதா?" என்று கேட்டேன்.

"சை! இவ்வளவுதானா? பகல் இரவு என்கிறாயே! உன் மையலில் அகப்பட்ட எனக்கு இரண்டுமே தெரியவில்லை... உங்களுக்கெல்லாம் ஒன்றிலும் தீவிரமென்பது இல்லை போலும்!" என்று பதில் சொன்னாள்.

அவள் சொன்னதில் ஒரு பேருண்மை பதிந்து கிடக்கிற தல்லவா? தீவிரமென்பது மட்டும் இருந்து விட்டால் இவ்வுலகை ஒரே இரவில் கவிழ்த்துக் கோணல்களைச் சீர்செய்து விட மாட்டோமா? சாவையும் அடிமைத்தனத்தையும் கொடுமைகளையும் பகற்கொள்ளைகளையும் வியாதிகளையும் பொசுக்கி நீடூழி இன்புற்ற வாழ்க்கையை ஆணித்தரமாக மண்மீது அமைத்துவிட மாட்டோமா? ஹூம்! உலகை ஒழுங்குபடுத்தும் திட்டம் போகட்டும்! மேலே சொல்லுகிறேன்.

அப்பால் பேச்சு நடுவில், "இங்கிருந்து நான் வீடு சென்றது எப்படி?" என்று கேட்டேன்.

"என் மோகனராகத்தைப் பரவசமாகப் பாடி முடித்த பிறகு உன்னைப் பார்த்தேன். நீ தூங்கிப் போயிருந்தாய். உன்னை எழுப்பிக் கைலாகு கொடுத்து மெதுவாக வீட்டுக்கு அழைத்துச் சென்றேன். ஞாபகமில்லையா உனக்கு? காதலின் மயக்கம் போலும்!" என்று விளக்கினாள் மோகினி.

நண்பா, காதலன் காதலி விஷயத்தை உலகோர் இழிவு படுத்தியிருக்கும் நிலைமையில் அதைப் பற்றி நான் மூடத் தனமாக விஸ்தரிப்பேன் என்று எதிர்பார்க்காதே. காதல் மூடக் காரியந்தானே என்று பதில் சொல்லாதே. விவரிக்க நான் முயன்றாலும் காதலின் சைதன்யத்தை வார்த்தைகளால் வலை போட்டுப் பிடிக்க இயலாது. சல்லடையில் எவ்வளவு ஜலம் தேங்கும்? ஆகையால் கொடுத்து வைத்த மகாராஜன் என்று

என்னைப்பற்றி நினை. இன்றோடு வாழ்நாட்கள் முடிந்தாலும் அதிருப்தி அடையமாட்டேன்.

வாழ்க்கை பூர்ணமாகிவிட்டது. கடவுளின் திருவுளம்!

கைலாசம்.

இதைப் படித்ததும், காளிதாசனுடைய நாக்கில் காளிதேவி பீஜாக்ஷரத்தால் எழுதினாள் என்ற கதையின் உண்மை தெரிந்தது. இலக்கியத்தில் அதிகம் படிக்காத என் நண்பன் இவ்வாறெல்லாம் எழுதுவதென்றால் செளந்தரிய லஹரியில் குளித்துத்தான் இருக்க வேண்டும். அழகுத் தெய்வம் அகத்தினுள் அடி வைத்துச் சென்றால், மனத்திலும் வாக்கிலும் விரலிலும் சிருஷ்டி கற்பனையும் செளந்தரியத் தீயும் நர்த்தனம் செய்யாவா? பேனா, உளி, ஓவியச் சலாகை, இசைக் கருவி ஏதானாலும் சரி; அவள் புகழைப்பற்றித்தான் பேசும். சந்தேகமென்ன? அவளுடைய திவ்விய சாயலைக் காவியத்திலும் ஓவியத்திலும் சிற்பத்திலும் சங்கீதத்திலும் அண்டத்திலும் பிண்டத்திலும் பிரகிருதியிலும் ஈசுவராதிகளிலும் கண்டு நாம் புளகாங்கிதம் அடையவில்லையா? 'கால் கட்டை விரல் வனப்பையே பார்த்து மயங்குகிறோமே, நேரே சல்லாபம் செய்த கைலாசம் எப்படித்தான் பேசமாட்டான்!' என்று எண்ணினேன். ஒவ்வொரு நாளும் இதைப் போன்ற கடிதம் படிக்கும் பாக்கியம் ஏற்பட்டால் இலக்கியத்தின் சிகரங்களைக் கண்டது போலத்தான்! 'இன்னும் தபாலில் எழுதியிருக்கக் கூடாதா?' என்று ஏங்கினேன்.

எனவே கடிதத்தை எதிர்பார்த்துக் கொண்டு மறுநாள் தபாலாபீசுக்கே போய்விட்டேன். தபால் இல்லை. அடுத்த நாள் போனேன். அன்றும் இல்லை. அதற்கடுத்த நாளும் அப்படியே. விளையாட்டுப் போல் பத்து நாட்கள் ஆயின. மனது உடைந்து போய்விட்டது. நண்பனுக்கு ஒரு தபால்

எழுதிப் போட்டேன். அதற்குப் பத்து நாள் கழித்து ஒரு பதில் கிடைத்தது. நான்கே வரிகள்.

கோயம்புத்தூர்,
10.4.'33

ஆருயிர் நண்பா,

மூன்று வாரமாக இன்ப நாடகம் ஓயவில்லை. இரண்டற்ற சௌந்தரியத்தில் ஒடுக்கம். தேனின் பிரதாபத்தைப் பற்றிச் சொல்லக்கூடுமா? கேட்டுத்தான் என்ன பயன்? ஒருவேளை இதெல்லாம் வெறும் பிதற்றல் என்று அலுப்பும் சலிப்பும் படுவாயோ என்றுதான் சும்மா இருந்தேன். மன்னிக்க வேண்டும்.

கைலாசம்

இந்தக் கடிதத்தின் தொனி எனக்குப் பிடிக்கவில்லை. என்னை அகாரணமாகக் குற்றம் சாட்டியதுபோல் கைலாசம் எழுதியதால் அவன்மீது கொஞ்சம் மனத்தாங்கல் ஏற்பட்டது.

அதற்குப் பிறகு பத்து நாள் வரையில் யாதொரு தகவலும் இல்லை. அப்பால் ஒரு கடிதம் வந்தது. ஆனால் கைலாசத்தின் எழுத்தல்ல; நண்பனுடைய தாய்மாமன் சுந்தரப்பையர் எழுதியிருந்தார். அதில் என்னுடைய நண்பனுக்கு ஒரு மாதமாகச் சித்தஸ்வாதீனம் இல்லை என்றும், ஒரு வாரமாகப் பிரஞ்ஞையற்றுப் படுத்த படுக்கையாக இருப்பதாகவும் குறிப்பிட்டிருந்தார்.

என் நண்பன் மீதிருந்த சொற்பக் கோபமும் பறந்துவிட்டது. தாங்கொணாத் துக்கம் பிறந்தது. மறுநாள் கோயம்புத்தூருக்குக் கிளம்பிவிட்டேன்.

நான் சுந்தரப்பையர் வீட்டுக்குப் போனபோது முற்றத்தின் ஓரத்தில் அவர் கவலையுடன் உட்கார்ந்திருந்தார். "வா அப்பா" என்று வரவேற்றார். அதற்குப் பிறகு பத்து நிமிஷம் வரையில்

நாங்கள் இருவரும் பேசவில்லை. அவ்வளவு சங்கடம் நெஞ்சில் குமுறிக் கொண்டிருந்தது. "பிறகு அவன் எங்கே?" என்றேன். காம்ரா உள்ளைச் சுட்டிக் காட்டினார். எழுந்திருந்து போய்ப் பார்த்தேன்.

ஒரு நாடாக் கட்டிலின் மீது அவன் படுத்திருந்தான். பெரிய கற்பாறை போலத் தொங்கும் நெற்றியும், எழில் கொண்ட கண்களை எடுத்துக் காட்டும் மூக்கும், சுருட்டை சுருட்டையாகக் கறுப்புத் திராக்ஷை போன்ற தலைமயிரும், சதைப்பற்றுக் கரைந்த உடலும் நெருப்பில் பாதிக்குமேல் எரிந்து போன வீணை ஒன்றை ஞாபகம் மூட்டின. கவி ஒளியேனும் அறிவின் ஒளியேனும் வீசக் கூடும் என்று கருதப்படாத முகத்தில் அப்போது கவியின் களை பூர்ணமாகத் தேங்கியிருந்தது. கண்கள் மூடியிருந்தன.

சற்று நேரம் மௌனமாக உட்கார்ந்தேன். சுந்தரப் பையரும் சந்தடி செய்யாமல் என் அருகில் வந்து உட்கார்ந்தார்.

திடீரென்று கைலாசம் கண் விழித்தான். தலையணை மீதிருந்த தலையை நிமிர்த்திச் சுற்று முற்றும் பார்த்தான். "மோகினி! மோகினி!" என்று இருமுறை கூவினான். ஆ! தங்கக் கம்பி போல் எப்படி இழைந்தது அவன் குரல்! காம்ரா உள்ளின் எதிரொலி, "மோகினி" என்று பதில் அளித்தது. மறுபடியும் "மோகினி!" என்றான்.

மாமனுக்குத் தாங்கவில்லை. "மோகினியாவதடா குழந்தாய்! நானல்லவா? இதோ உன் உயிர்த் தோழன் சந்துரு. தெரிய வில்லையா?" என்றார்.

பதில் இல்லை. கைலாசம் கீரைத் தண்டு போல் தலையைத் துவளப் போட்டான். கண்களை மறுபடியும் மூடிக் கொண்டான். எங்களுக்கெல்லாம் பிரஞ்ஞையற்று இருந்தவன் பேசவாவது பேசினானே என்ற தேறுதல் ஒருபுறம்; பொருத்தமில்லாமல் அரற்றினானே என்ற திகில் ஒரு புறம். பிரமை பிடித்தவர் போல் பின்னும் சில நிமிஷங்கள் உட்கார்ந்திருந்தோம். அவன் தெளியும் வழியாக இல்லை.

அறையை விட்டு வெளியே வந்து உட்கார்ந்தோம். கைலாசம் எனக்கு எழுதிய கடிதங்களெல்லாம் வரி தவறாமல் நினைவுக்கு வந்தன. 'இவனுடைய தற்போதைய நிலைமைக்குக் கடிதங்களில் கண்ட விஷயங்கள் காரணமா சூசனையா?' என்ற கேள்வி உள்ளத்தில் பிறந்தது. ஒருவேளை கடிதங்களில் காணாத விஷயம் ஏதேனும் இருக்குமோ என்று நினைத்து, மாமனை விசாரித்தேன். அவர் சொன்னார்:

சென்ற ஒரு மாத காலமாக இவனுக்கு ஊண், உறக்கத்தில் அசிரத்தை ஏற்பட்டிருப்பதைக் கவனித்தேன். கலங்கும் உள்ளத்தை இவன் முகத்தில் கண்டேன்.

என் தமக்கை இறந்துபோன போதும், அவளுக்குப் பிறகு என் அத்திம்பேர் இறந்துபோன போதும் கைலாசத்தைக் காப்பாற்றி வருவேன் என்று கையடித்துச் சத்தியம் செய்து கொடுத்தவன் நானல்லவா? அந்த வாக்குத் தத்தத்தைத் தெய்வ சாட்சியாக நிறைவேற்றி வருகையில் இவனுக்கு என்ன குறை இருக்கக்கூடும் என்று நான் யோசித்து யோசித்துப் பார்த்தேன்; ஒன்றும் விளங்கவில்லை.

இப்படி இருக்கும் போது ஒரு நாள் இரவில் தெருப்புறத்தில் யாரோ சண்டை போட்டார்கள், போய்ப் பார்த்ததில் விசேஷம் ஒன்றும் இல்லை. ஐந்தாறு வேலையாட்கள் போதை மயக்கத்தில் கொஞ்சம் உச்சஸ்தாயியில் பேசிக் கொண்டிருந்தனர். சரிதானென்று திரும்பிக் கதவைத் தாழிட்டுக் கொண்டு உள்ளே வந்தபோது இவனைப் படுக்கையில் காணவில்லை. ஒருவேளை கோவலன் நாடகம் பார்க்கப் போயிருக்கக் கூடுமென நினைத்தேன். மறுநாள் இரவில் - பன்னிரண்டு மணி இருக்கலாம் கொல்லையில் பசுமாடு கத்தக் காரணம் என்னவென்று போய்ப் பார்த்துவிட்டுத் திரும்பிக் கூடத்துக்கு வந்த போது இவனைப் படுக்கையில் காணவில்லை. 'இது என்னடா! ஒரு நாள் ஆயிற்று; இரண்டு நாள் ஆயிற்று. ஒருவருடனும் சொல்லாமல் போய் விடுகிறானே' என்று வருத்தமடைந்தேன். 'பிரம்மசாரி நீதி தவறிவிட்டானோ?' என்று கூடச் சம்சயித்தேன்.

இருந்தாலும், அவனை நேருக்கு நேர் கேட்க என் மனம் இடந்தரவில்லை. ஒற்றன் போல் கண்டறிவோமென்று திடம் கொண்டேன்.

பத்து நாளைக்கு முந்தி வழக்கம்போல் தூங்கியவன் திடீரென்று எழுந்து யாருடனோ பேசிக்கொண்டே போவது போல் வெளியே போய்விட்டான். அவனைத் தடுக்க என் நா எழவில்லை. இது என்ன பைத்தியக்காரன் செயலாக இருக்கிறதே என்று நினைத்துக் கொண்டே தயங்கித் தயங்கிவிடாமல் பின் தொடர்ந்தேன்.

கடைசியாகக் கைலாசம் நமது ஊர்க் காட்டை அடைந்து ஓர் ஆலமரத்தின் கீழ் ஊஞ்சலில் அமர்ந்தான். மாந்தோப்பில் ஆண் குயிலும் பெண் குயிலும் இசைந்து கத்தும் இன்ப ஏக்கத்தின் தொனியுடன் சரஸப் பேச்சுக்கள் பேசிக் கொண்டிருந்தான். ஆனால், பக்கத்தில் பெண் உருவம் யாதொன்றும் காணவில்லை. எனக்கு எப்படி இருக்கும்? யோசித்துப் பார்! நான் பார்ப்பது கனவா அல்லது கைலாசம் பித்தனா என்ற ஐயம் பிறந்தது. அடுத்தாற் போல் மனத்தில் பயம் எழுந்தது. நாக்குழற, 'கைலாசம்' என்று இருமுறை கூவினேன். அவன் திடுக்கிட்டு ஊஞ்சலினின்றும் தொப்பென்று கீழே விழுந்து மூர்ச்சையானான்.

ஓடிப்போய் அருவி ஜலத்தைக் கொணர்ந்து அவன் முகத்தில் அடித்தேன். கைலாசம் கண் திறந்தான். ஆள் குறிப்பு மட்டும் உணரவில்லை. பிறகு மெதுவாகக் கையைப் பிடித்து வீட்டுக்கு அழைத்து வந்தேன். அன்றிரவு கைலாசம் என்னுடன் மற்றொரு நிழல்போல் நடந்துவந்த காட்சி என் உயிருள்ள வரையில் மறக்காது. ஆ! அவன் படுக்கையண்டை எவ்வளவு திகிலுடன் அன்றிரவு விழித்திருந்தேன்!

மறுநாள் காலை டாக்டரைக் கூப்பிட்டனுப்பிக் கைலாசத்தை அவர் வசம் ஒப்பித்தேன். டாக்டருக்கு ஒன்றும் விளங்கவில்லை. ஏதோ மனவியாதி போல் இருக்கிறது என்றார்.

அவனை வீட்டுக்கு அழைத்துக்கொண்டு வந்தது முதல் இப்போது ஏதோ மோகினி என்றானே, இதைத் தவிர, இது வரையில் ஒரு பேச்சுக்கூடப் பேசவில்லை. என்ன செய்யலாம், சந்துரு?

இந்த வரலாற்றைக் கேட்ட என் பிராணன் துடித்தது. பிரயோசனம்?

அன்று முழுவதும், கைக்கு எட்டாத தூரத்தில் வைத்திருக்கும் பழத்துக்கு முன்பு, குழந்தைகள் நின்று கொண்டு பார்த்துப் பார்த்து ஏங்குவது போல் நான் கைலாசத்தின் படுக்கை யண்டை உட்கார்ந்திருந்தேன். திரிகரண சுத்தியாக, 'ஈசா! கைலாசத்துக்குப் பிரக்ஞையைக் கொடு' என்று பிரார்த்தித்து மன்றாடினேன்.

மறுநாள் கடவுள் என் பிரார்த்தனைக்கு இரங்கினார். நான் கேட்டதைக் கொடுத்தார். ஆ! அவர் எவ்வளவு கணக்காளி! சுக்குச் செட்டி! மோசக்காரர் என்று இப்போது நினைக்கிறேன்.

ஆனால், அப்போது என்ன தெரியும்? கைலாசத்துக்குப் பிரக்ஞை வந்ததைப் பற்றி நாங்கள் கடவுளை வாயார வாழ்த்தினோம்.

நண்பன் என்னைப் பார்த்தான். வீட்டு க்ஷேஷமலாபங்களைப் பற்றி விசாரித்தான். அவனுடைய பேச்சுக் கணீரென்று இயற்கையாக இருந்தது. முகத்தில் நோயின் குறியைக் காண வில்லை. மறுபடியும் கடவுளின் கருணையை நினைத்துப் போற்றினேன்.

அன்றைத்தினம் சாயங்காலம் டாக்டர் வந்தார். கைலாசத்தைப் பரிசோதித்தார்; 'நாடிகளெல்லாம் இன்று கணீரென்று பேசுகின்றன. எனக்கு நிரம்பச் சந்தோஷம். நீங்கள் செய்த பூஜாபலன்' என்று ஆறுதலளிக்கும் பேச்சைக் காதில் போட்டார். அப்பாடா! என்றேன். சுந்தரப்பையரின் கண்களில் நீர் அரும்பிற்று.

டாக்டர் வந்துவிட்டுப்போன அடியோடு கைலாசம் என்னை அழைத்துக் கட்டிலை வெளியே முற்றத்தின் ஓரத்தில் எடுத்துப் போடச் சொன்னான். கட்டிலை எடுத்துப் போட்டதும், மெதுவாக நடந்து வந்து அதில் சாய்ந்து சிரமபரிகாரம் செய்து கொண்டான்.

அன்று பௌர்ணமி. வானம் முழுவதும் ஓர் எல்லையற்ற பால்குளமாக அமைந்திருந்தது. எட்டாக் கையில் தெரியும் மலைத்தொடர்கள் அந்தக் குளத்தின் கரைபோல் எழுந்தன. குளத்தில் மிதந்தது ஒரு பொன் தாமரை. நக்ஷத்திரங்களெல்லாம் புளிய இலைபோல் ஒளியின்றி இருந்தன. இளம் தென்றல் ஒன்று தன் பூங்கைகளால் மரங்களையும் மலர்களையும் மலைகளையும் குளங்களையும் ஒளியையும் வெளியையும் தழுவிச் சென்றது; முற்றத்தின் ஓரத்தில் படுத்திருந்த கைலாசத்தின் முகத்தையும் தடவிச் சென்றது.

நானும் சுந்தரப்பையரும் சந்தி செய்து கொண்டிருந்தோம். இருந்தாற் போல் இருந்து அமாவாசை இருட்டில் 'அவுட்' வாணம் விட்டதுபோல் கைலாசத்தின் குரல், "சாந்தமெங்கும் ததும்பி நிற்க" என்றது. நாங்கள் திடுக்கிட்டு அப்படியே டம்ளரைக் கீழே வைத்தோம். அவனைப் பார்த்தோம். அவனுடைய கண்கள் குத்தலிட்டிருந்தன. ஏதோ ஓர் உலகத்தில் லயித்த தோற்றம்! நாங்கள் கவனித்ததை அவன் சட்டை செய்யவில்லை. அவன் பாட்டுக்குப் பாடினான்:

"சாந்தமெங்கும் ததும்பி நிற்க
என்றன் காதலியே! - இம்
மனக்கடலில் புயலெழும்பிக்
கப்ப லுடைவதேன்?
தென்றல் வந்து மெல்லவீச
என்றன் காதலியே! - இத்
தென்னங்கீற்று வாள்களைப் போல்
உணர்வைத் துணிப்பதேன்?
உன்றன்முக பிம்பம்வந்து

என்முன் நிலவிட இம்
மெய்ம்மறந்த மனமெழுந்து
ஏங்கி மாய்வதேன்?
காக்கையொன்று நாளென் றெண்ணி
என்றன் காதலியே! - இவ்
வெள்ளைஇரவில் வாயைத்திறந்து
அன்பை அழைப்பதேன்?"

திடீரென்று பாட்டு நின்றது. கைலாசத்தின் கண்களில் உலகு தோன்றிய நாளாய் உள்ள ஏக்கங்களும் பிரிவாற்றாமையும் சோகங்களும் ஒருங்கே சேர்ந்து பொங்கி வழிந்தன. சுந்தரப்பையரின் கண்களில் நீர் வடிந்தது. பாவம்! ஜன்னி பிறந்த பிறகு அடைக்கலம் கடவுள் தானே!

என் மனத்தில் விசித்திரமான முரண்பட்ட உணர்ச்சிகள்! யாப்பு லக்ஷணமில்லாத காதற்பாட்டில் இவ்வளவு நுண்ணிய காவ்ய பாவம் பொருந்தி இருக்கிறதே என்ற ஆச்சரியம் ஓர்பால்; தாங்கொணாத் துயரம் ஓர்பால்; எவ்வளவு எளிய மெட்டு என்ற மகிழ்ச்சி வேறு ஓர்பால்.

நேரம் சென்றது. அப்படியே பிரமையின் உருவச் சிலை போல் உட்கார்ந்திருந்தோம்.

எங்கிருந்தோ வந்து காற்றுப் பிசாசுகள் சண்ட வலியுடன் உலகைத் தாக்கின. கருங் குரங்குக் கூட்டம்போல் நீருண்ட மேகங்கள் வானை வந்து மூடின. பூர்ணசந்திரன் இருந்த இடம் தெரியவில்லை. குடிகாரன் போல் இரண்டொரு இடி தட்டுத் தடுமாறிச் சென்றது. மின்னல் சவுக்கடி அடித்தது.

மழை வருமோ என்று பயந்து முற்றத்தின் ஓரத்திலிருந்த கட்டிலை அப்படியே காம்ரா உள்ளில் கொண்டு போய்ச் சேர்த்தோம். ஆச்சரியப்படும்படி கைலாசம் கட்டிலை விட்டு வெளியே முற்றத்தின் ஓரத்தில் வந்து நின்றான். அவனுக்கு உள்ளே இருக்க இஷ்டமில்லை என்பது வெளிப்படை. எங்களுக்குப் பிடிவாதம் செய்ய மனம் வரவில்லை. மறுபடியும் கட்டிலை வெளியே கொணர்ந்து சுவரோரத்தில்

போட்டோம். நண்பன் 'சிவனே' என்று அதில் படுத்துக் கொண்டான்.

எங்களுக்குத் திகில். இரவு நல்லபடியாகக் கழிய வேண்டுமே என்ற பிரார்த்தனை. நாங்கள் கட்டிலண்டை விழித்திருந்தோம்.

ஜோவென்று மழை பிடித்துக்கொண்டது. மறுநாள் அதிகாலை வரையில் பொழிந்தது. இரவு முழுவதும் கைலாசம் மழையைப் பார்த்துப் புன்னகை புரிந்தான்; மின்னலைப் பார்த்துச் சிரித்தான்.

நான்காம் ஜாமம். சுந்தரப்பையர் தரையில் தூங்கிக் கொண்டிருந்தார். நான் விழித்துக்கொண்டு தான் இருந்தேன். அவ்வளவு உஷாராயிருந்துங்கூடத் தூக்கம் முண்டிற்று; சவத்தின் தலைபோல் என் தலை ஒரு பக்கமாகச் சாய ஆரம்பித்தது. முகத்தை ஜலத்தால் துடைத்துக் கொண்டு நிமிர்ந்து உட்கார்ந்தேன். என்ன ஆயிற்றோ தெரியவில்லை!

மறுபடி திடுக்கிட்டுக் கண் விழித்த போது மழையின் ஓசை கேட்கவில்லை. மேகங்கள் கலைந்து கொண்டிருந்தன. நாடாக் கட்டில் காலியாக இருந்தது. என் மனம் எப்படி இருந்திருக்கும்? மாமனை எழுப்பாமல் கைலாசத்தை வீட்டில் தேடினேன். பிறகு அவரை எழுப்பி இருவருமாகத் தேடினோம். பலனில்லை. பளிச்சென்று என் மனத்தில் ஓர் எண்ணம் பிறந்தது. அவரிடம் சொன்னேன்.

உடனே இருவருமாகக் கிளம்பி ஆலமரத்தண்டை போய்ச் சேர்ந்தோம். ஈரத் தரைமீது கைலாசம் படுத்துக் கிடந்தான். கண்கள் மூடி இருந்தன. இரண்டு கையிலும் இரண்டு தாமரை. எங்கே சம்பாதித்தானோ? வாயும் ஒரு தாமரை. முகத்தில் கனிந்த சாந்தம்.

எங்கள் நெஞ்சம் அடைத்தது.

கிழக்கில் பொழுது கவலையின்றி விடிந்து கொண்டிருந்தது. ஆனால் எங்களுக்கு மட்டும் விடியவில்லை!

இன்றுடன் சரியாக ஒரு வருஷம் ஆகிறது.

குடும்ப வாழ்க்கை

1

பள்ளிக்கூடத்தில் படிக்கும் பிள்ளைகள், தேச சேவையை உத்தேசித்துத் தங்கள் வாழ்நாட்களைப் பிரம்மசாரியாகவே கழிப்பதாகச் சங்கல்பம் செய்து கொள்ளும் வழக்கத்தை ஒட்டி, ஸ்ரீ சைலபதியும் சங்கல்பம் செய்து கொண்டான். பிறகு காலேஜுக்கு வந்ததும் மற்றப் பையன்களைப் போல் முதல் சங்கல்பத்தை ரத்துசெய்து தானும் விவாகம் செய்துகொள்வ தென்ற இயற்கையான முடிவுக்கு வந்தான். வந்ததும் இல்லறத்தின் இன்பக் கனவையே - ஏழடுக்கு மாளிகையையே - எதிர்பார்த்துக் கொண்டிருந்தான்.

பி.ஏ. தேறிய மறு வருஷம் மணம் முடிந்தது. மணம் முடிந்த மறு வருஷம் அவன் மனைவி லலிதா வீட்டுக்கு வந்துவிட்டாள். பானை பிடித்தவள் பாக்கியத்தினால் ஸ்ரீ சைலபதி, ஸ்ரீசைலபதி ஐயர் ஆனான்; அதாவது நாற்பத்திரண்டு ரூபாய்க்குத் தாலுக்கா போர்டு ஆபீசில் பேனா ஒட்டும் உத்தியோகம் பெற்றான்.

ஒன்று கிடைத்தால் மற்றொன்று போய்விடும் என்பது உலக தத்துவத்தின் ரகசியம். உத்தியோகமும் மனைவியும் கிடைத்த பிறகு இல்லறத்தில் எதிர்பார்த்த இன்பம் ஒரு டிகிரி குறைய ஆரம்பித்தது. காரணம் தாயார். அவள் கெட்டவளென்று சொல்வதற்குச் சிறிதேனும் இடமில்லை. ஆனால் வெறும் கர்நாடகம். வெகு ஆசாரக்காரி. ரஸம் என்பது லவலேசங்கூடத் தெரியாது. ஆகையால் தம்பதிகள் இளமையின் இன்பத்தைச் சுயேச்சையாக அருந்தக்கூடவில்லை. எனவே தாயார் மீது அபாரப் பிரேமை வைத்திருந்த ஒரே பிள்ளைகூடத் தன்

காரியம் ஒவ்வொன்றுக்கும் ஒவ்வொரு சமாதானம் முன்னதாகவே தயார் செய்ய வேண்டிய ஸ்திதி வந்துவிட்டது. மனைவிக்கென்று மூன்று காத தூரம் வாசனை வீசும் கதம்பம் வாங்கிக் கொண்டு வருவதில்லையாம்; சுவாமி பூஜைக்காகவாம்! கிளப்பிலிருந்து வீட்டுக்குப் பட்சணங்கள் வரவழைத்துச் சாப்பிடுவானேனென்றால், கிளப்புகள் அசங்கியமாக இருக்கின்றனவாம்!

இவ்விதமாக இல்லறத்தின் ஏழடுக்கு மாளிகையின் தலையடுக்கு முதலில் மறைந்தது. பிறகு மாமியாருக்கும் நாட்டுப்பெண்ணுக்கும் அல்ப விஷயங்கள் காரணமாக இரண்டு இலை விட்ட தகராறுகள் முளைத்தன; "வெறும் பறக்குட்டி, மடியும் கிடையாது; விழுப்பும் கிடையாது. ஒரு எழவும் தெரியல்லே. வேலைக்காரி தேச்சு வெக்கற பத்துப் பாத்திரத்தைப் பத்தில்லாமெ அலம்பி எடுக்கச் சொறணை இல்லை. நாணல் கோணல் இல்லாமே, மொட்டுப் போல அவனுக்கு எதுத்தாப்பலே நிக்கறதைப் பார்!'' என்பவை போன்ற பாணங்கள் பறந்தன.

பிள்ளை இவ்விஷயங்களில் தலையிடுவதில்லை; புருஷனுக்குச் சம்பந்தப்பட்டவை அல்ல என்று தள்ளிவிடுவான். இப்படிப்பட்ட மனோபாவம் தாயாருக்கு அதிருப்தியை உண்டாக்கிற்று. தன்னுடன் சேர்ந்து மனைவியைக் காய்தா செய்யாததால், 'தலையணை மந்திரோபதேசம்' என்று எப்போதாவது முணுமுணுப்பாள். ஆனால் பெரும்பாலும் பிள்ளையின் நடவடிக்கையை ஜாடை மாடையாகவே மௌனமாகக் கவனிப்பாள்.

மாமியாரின் மனோபாவம் வடக்குக் கோடி என்றால் நாட்டுப் பெண்ணுடையது தெற்குக் கோடி. தன் கட்சியை ஆதரித்து வேண்டாம் விளக்கியாவது தாயாரிடத்தில் ஏன் சொல்லக்கூடாது? அல்லது தன்னிடம் அந்தரங்கமாகவாவது தாயாரின் செய்கைகளைத் தான் ஒப்புக்கொள்ளவில்லை என்று சொல்லி ஏன் ஆறுதல் அளிக்கக் கூடாது? இப்படி அவள் இரண்டொரு சமயங்களில் நினைத்தது உண்டு. ஆனால்

யௌவனப் பெருக்கில் இந்த எண்ணங்களெல்லாம்
நாய்க்குடைபோல் பலமற்றவை தாமே?

2

லலிதா வீட்டுக்கு வந்து இரண்டு வருஷங்கள் ஆயின. முதலில் பிறந்த குழந்தை சீமந்த புத்திரன்; குல தீபம் அல்லவா? எல்லோருக்கும் எல்லையற்ற சந்தோஷம். ஸ்ரீ சைலபதி ஐயருக்கு ஆபீஸ் தொல்லைகள் அவ்வளவும் வீட்டுக்கு வந்ததும் மறந்து போகும்.

பிள்ளை பெற்றதில் லலிதாவுக்கு ஆரம்பத்தில் செருக்கும் சந்தோஷமுந்தான். ஆனால் ஆண்டு நிறைவு வருவதற்குள்ளாகவே சிற்சில சமயங்களில் குழந்தையின் மேல் கோபம் பிறக்கத் தொடங்கிவிட்டது. சமையல் அவசரத்தில் குழந்தை அடுப்பு விறகை இழுத்துச் சமையலைத் தவக்கப்படுத்திவிட்டால், எண்ணெய் நெய் முதலியவற்றைக் கை சொடுக்கும் நேரத்தில் கொட்டிவிட்டால், தொட்டி முற்றத்தில் தடாரென்று விழுந்து விட்டால், அவ்வளவுக்கும் ஜவாப்தாரி லலிதாதான். எனவே குழந்தையின் மேல் கோபம் வருவது சகஜந்தானே?

அப்படிப்பட்ட சமயங்களில் ஸ்ரீ சைலபதி ஐயருக்கு மனைவியின் மேல் கொஞ்சம் தாபம் உண்டாகும். "ஒரு குழந்தையைப் பார்த்துக்கொள்ள வீட்டில் உள்ளவர்களுக்கு யோக்கியதை இல்லையென்றால், ஆள் வைக்க ஐவேஜி எந்த நல்ல மாமனார் கொடுக்கப்போகிறார்?" என்று கத்துவார்.

மாமியார்க்காரி குழந்தையைப் பார்த்துக் கொள்ளக் கூடாதோ வெனில், எவ்வளவு நாழிகைதான் எடுத்துக் கொள்ளுவாள்? தவிர, பிராதஸ்நானம், ஜபம், சாப்பாடு, மத்தியான்ன வம்பர் மகாசபை, கோவில், குளம் இவ்வளவுக்கும் கண்டு அவகாசம் மிஞ்சுவதில்லை.

இவைகளின் பயனாக ஆண்டு நிறைவுக்குப் பிறகு குழந்தை தீர்மானமாக அப்பாபிள்ளை ஆகிவிட்டான். இராக் காலத்தில் படுக்கை தகப்பனாருடன்; பாட்டியிடமாவது தாயாரிடமாவது போவதில்லை. ஆபீசுக்கு வருகிறேனென்று பிடிவாதம் செய்யும் சக்தி மட்டும் வரவில்லை.

பையனுக்கு இரண்டு வருஷங்கள் முடிவதற்குள் ஐயரவர்களுக்கு இல்லற இன்பத்தின் புதுமை தேய்ந்துவிட்டது; ஏழடுக்கு மாளிகையில் ஆறடுக்குக் கீழே விழுந்து மண்ணைக் கவ்வின.

நாளாவட்டத்தில், கடைத் தெருவிலிருந்து புஷ்பம் வாங்கி வரும் வழக்கம் அவரை அறியாமலே நழுவிப் போய்விட்டது; காபிக் கிளப்புகளெல்லாம் சுத்தமான இடங்களாக மாறிவிட்டன.

லலிதாவுக்குக் கணவனுடைய உணர்ச்சிகளின் கூர் மழுங்கிப் போய்விட்டது என்னும் விஷயம் தனக்கு இரண்டாவது குழந்தை - ஒரு பெண் பிறந்த பிறகுதான் தெரிய வந்தது. இரண்டாவது பிரசவத்துக்கப்பால் அவளுக்குச் சரீரம் வெகு துர்ப்பலமாகி விட்டது; நல்ல ரத்தம் செத்துப்போய்ப் பாலும் சுமாராக வறண்டு போயிற்று. பாலுக்காகக் குழந்தை சதா அழுது கொண்டிருக்கும். மாவுப் புட்டி இருந்தாலாவது சற்றுச் சௌகரியமாக இருந் திருக்கும். ஆனால் கணவன் சம்பளத்திலும் சிக்கனத்தின் வாள் பாய்ந்து விட்டதால் மாவுப் புட்டி வாங்குவது நின்று போய் விட்டது.

குழந்தை அழும்போதெல்லாம், "சத்தம் தாங்கவில்லை; காது குத்தல் எடுக்கிறது" என்று மாமியார் கூச்சல் போடுவாள். ஐயரவர்களும் ஆமோதிப்பார்; மனைவியை வெறித்துப் பார்ப்பார்; "குழந்தைகளை வளர்க்கத் தெரியாத முட்டாள்களுக்கு எவ்வளவு சுலபமாகக் குழந்தைகளைக் கடவுள் கொடுக்கிறார்!" என்று ஆச்சரியப்படுவார். இந்த வார்த்தைகள் லலிதாவின் உள்ளத்தை ரம்பம் போல் அறுக்கும். கண்ணில் ஜலம் குவியும். 'பெண்களின் கஷ்ட

நிஷ்டுரங்களை அறியாத அறிய முடியாத கல் மனத்தைக் கடவுள் கனவர்களுக்குக் கொடுத்தாரே!' என்று ஏங்குவாள். தனக்குப் பாலில்லாமல் போனதைப் பற்றித் தனிமையில் அழுவாள். அதைப்போன்ற சமயங்களில் தான் தனக்கும் கணவருக்கும் மணமாகிக் குழந்தைகள் இருந்தும், உண்மையான மணம், ஆத்ம நட்பு கொஞ்ச மேனும் ஏற்படவில்லையே என்று ஏங்குவாள்.

3

ஒரு ஞாயிற்றுக்கிழமையன்று காலையில் ஒரு வண்டி கச்சேரிக் கடுதாசைப் பரப்பி ஏதோ திணறிக் கொண்டிருந்தார் ஐயர். மூடியிருந்த சமையல் அறையிலிருந்து இரண்டு குழந்தைகளும் இரட்டை நாயனம் வாசித்தன. ஐயருடைய தொல்லைப்பட்ட மனத்துக்கு அது சகிக்கக் கூடவில்லை; ரௌத்திராம்சம் கிளம்பிற்று.

"என்ன இழவு பிசாசுகளடா பெண்சாதிகள்! இப்படி வீட்டில் அழவிட்டால் ஆபீஸ் காரியம் செய்து கிழித்தது போலத்தான்! கையாலாகாத கபோதிகள்" என்று உறுமிவிட்டு மறுபடியும் கடுதாசுகளைப் புரட்டத் துவக்கினார்.

மறுகணம் சமையல் அறை உள்பக்கத்திலிருந்து திறக்கப் பட்டது. “போடாப்பா ஒங்க அப்பா கிட்ட” என்று லலிதா பிள்ளையைத் தள்ளிவிட்டாள். மணிக்கட்டால் கண்ணீரைத் துடைத்துக் கொண்டு பையன் அழுகைக்கு முற்றுப்புள்ளி போட்டான்; தகப்பனார் பக்கத்தில் வந்து உட்கார்ந்தான். அதை அவர் கண்ணால் பார்த்தாரே அன்றி மனத்தால் அறியவில்லை.

சில நிமிஷங்கள் சென்றிருக்கலாம். பர்ரென்று கடுதாசு கிழியும் சப்தம் கேட்டுத் தகப்பனார் திடுக்கிட்டுப் பார்த்தார். ஆபீஸ் தஸ்தாவேஜு ஒன்று, இரண்டு தஸ்தாவேஜாகிப் பாவட்டாக்களைப் போல் பிள்ளையின் கையில் தொங்கின.

வந்த கோபத்தில் பளார் என்று அருமைக் குழந்தை கன்னத்தில் ஓர் அறை விட்டார்; மனைவியைச் சரமாரியாகத் திட்டிவிட்டு, "பச்சைக் குழந்தைகளை வைத்துப் பரிபாலிக்கத் தெரியாத முட்டாள் பிணங்களுக்கெல்லாம் பதினெட்டு முழம் பட்டுப் புடவையும், மாங்காய் ஜரிகைச் சேலையும் இல்லாமல் அழுகிறதாம்! தரித்திரப் பிணங்கள்! இதைவிடச் சிவனே என்று சந்நியாசம் வாங்கிக் கொள்ளலாம். ஒரு தொல்லையும் இல்லை" என்று அத்தியாயத்தை மோக்ஷதர்மத்துடன் முடித்தார்.

லலிதாவுக்குக் கோபம் தன்னை மீறிக்கொண்டு வந்து விட்டது. கணவர் கச்சேரி வேலை பார்க்கும் வேளையில், பையன் கூடத்தில் போகாவண்ணம் சமையல் அறையை உள்பக்கம் சார்த்திக்கொண்டதும், பையன் பிடிவாதம் செய்து அழுததும், பையன் அழுததால் கைக் குழந்தை அழுததும், பிறகு பையன் கடுதாசைக் கிழித்ததும், மொத்தத்தில் இரண்டுமாகச் சேர்ந்து தன்னைக் கணவர் வாய்ப்படுத்தியதும் லலிதாவுக்கு வெறுப்பை உண்டாக்கின.

"இந்தாங்கோ. இந்தக் குழந்தையையும் பாத்துக்கோங்கோ" என்று கைக்குழந்தையையும் தொப்பென்று கணவர் முன்னால் கொண்டு வந்து உட்கார்த்தினாள். அப்போது லலிதாவின் மையிட்ட கண்கள் ரத்தம் சோர்ந்த வேல் போல் ஜ்வலித்தன; உதடுகள் துடித்தன.

"இந்த வீட்டுக்கு வந்து அஞ்சு வருஷம் ஆச்சு. மூணு ரூபாய்க்குப் புடைவை வாங்கினேன்னு விரலை மடக்குங்கோ" என்றாள்.

கணவர் முகம் சிவந்தது. மாமியின் முகத்தில் ஆவேசம் தலைவிரித்து ஆடிற்று. ஆவேசம் என்னவோ நாட்டுப் பெண்ணைப் பற்றித்தான். ஆனால் அது பாய்ந்தது மகன் பேரில்:

"அப்பா! அப்பவே புடுச்சுக் கிளிப்புள்ளைக்குச் சொல்றாப்பலெ சொன்னேன்; எடத்தைக் குடுக்காதே;

மடத்தைப் பிடுங்கும் இன்னு... ஊம்! இப்போ தலையிலே தூக்கி வச்சுக் கோடா; இல்லியோ" என்று பேய்ச் சிரிப்புச் சிரித்தாள்.

ஐயருக்கு ரோசமும் கோபமும் பொத்துக் கொண்டு வந்தன. ஆனால் கோபத்தின் மூட இயல்பை ஒட்டி அது மனைவி பேரில் பாய்ந்தது. "அவளுக்குப் பணத் திமிர்; அதனால் வாய்க்கொழுப்பு. ஒரு நிமிஷத்தில் அடக்கி விடுகிறேன்'' என்று வீரம் பேசினார்.

மனைவியாவது சும்மா இருந்திருக்கக் கூடாதா?

''அப்படி ஒண்ணும் சொல்லல்லே; எண்ணவும் இல்லே. பணம் வாங்கினது மனசு உறுத்தராப்பலெ இருந்தால், திருப்பி வேணாக் குடுத்தூடறதுதானே? இல்லாததும் பொல்லாததும் சொல்றேளே; நியாயமா?'' என்று கபடமற்ற மனத்துடன் அவள் சொன்னாள்.

அவள் நினைத்ததற்கு நேர் விரோதமாக இந்தப் பேச்சு நெருப்புக்கு நெய்யாயிற்று. தம்மை ஏழையென்று மனைவி குத்திக் காட்டுவதாகக் கணவர் எண்ணினார்; சுயப்பிரக்ஞையை இழந்து இரண்டடி பாய்ந்தார். ''என்ன சொன்னாய்?'' என்று கையை ஓங்கினார்; 'பணத்திமிர்' என்று உதடுகள் முணு முணுத்தன.

லலிதாவின் கண்களில் நீர் தாரையாகப் பெருகிற்று. ''என்னை அடியுங்கள்; வேண்டாம்ங்கவில்லை. உங்களை நம்பி வந்ததுக்குப் பிசகு இன்னதூன்னூட்டுச் சொல்லிட்டு அடியுங்கோ'' என்று அழுதாள்.

ஓங்கிய கை அப்படியே நின்றுவிட்டது. முகம் அசட்டு வெளுப்புத் தட்டியது.

"அப்படியா சமாசாரம்? புத்தி வரும்படி செய்கிறேன். நான் சொல்வதற்கு எதிர்ப் பேச்சா? இருக்கட்டும்'' என்று சொல்லிய படியே கச்சேரித் தாள்களை யெல்லாம் கீரைபோல்

பெட்டியில் வாரிப் போட்டுவிட்டு வேகமாக வெளியே போய்விட்டார் ஸ்ரீ சைலபதி ஐயர்.

வெளியே போனபிறகு இன்னது செய்வதென்று அவருக்குத் தெரியவில்லை. பிக்காரியைப் போல் குறிப்பின்றி நடந்து சென்றார். முடிவில் ஊர்க்கோடியில் இருக்கும் ஆலமரச் சந்துக்கு வந்து சேர்ந்தார். ஒதுக்குப் புறமாகக் கிடந்த ஓர் ஆலங் கட்டையின் மேல் உட்கார்ந்தார்.

சுற்றிலும் இயற்கையின் கோலாகலம். எதிரே மரக்கிளையில் காகங்கள் தம்பதி சமேதர்களாக உட்கார்ந்து கொண்டு தலை மயிரைக் கோதிக் கொண்டிருந்தன. புல்தரையின் மீது, வெண்கலக் குரலில் மைனாக்குருவிகள் ஆரவாரித்து நின்றன. அணில்கள் வெயில் துணுக்குப்போல் மரங்களில் பாய்ந்து விளையாடின. சிறு காற்றில், காலண்டை ஆலஞ்சருகுகள் ஒன்றை ஒன்று காதல் வேகத்தில் விரட்டுவது போல் பறந்தன. மேலே வானுச்சியில் காகிதக் கப்பல் போல் மேகங்கள் மிதந்து போயின.

இயற்கையின் மெய்ம்மறந்த அமைதிக்கும் அவர் உள்ளத்தின் குழப்பத்துக்கும் பொருத்தம் கழுத்துக்குக் கத்தி போல் இருந்தது. பார்க்கப் பார்க்க, நெஞ்சில் குரோதம் தீப்பற்றி எரிந்தது. இப்படியே பொழுது சென்றது.

சூரிய வெப்பம் அதிகப்படவே ஸ்ரீ சைலபதி ஐயர் களைப்பினால் கண்ணயர்ந்தார்.

4

அதே நாள் அந்திப்பொழுது; மேய்ச்சலிலிருந்து திரும்பிவரும் மாட்டு மந்தைகளின் மணியோசை கேட்கும் நேரம்; தாய் மாடு 'ஹம்மா' என்று தயங்கி நிற்கும் கன்றை அன்புக் குரலில் அழைக்கும் நேரம்; குருவிகளும் காகங்களும் மடையான்களும் மரங்களில் வந்து அடையும் நேரம்; எட்டிய குடிசைகளிலும் எட்டிய வானத்திலும் விளக்குகள் மின்னும் நேரம்.

தூங்கியவர் கண்விழித்து எழுந்தார்; மார்பின்மீது கைகளைக் கட்டிக்கொண்டு மெதுவாக வீட்டுக்குக் கிளம்பினார். வீட்டுக்குப் போனதும் சண்டையை மறந்து மனைவியிடம் பேசலாமா? அதுவும் தாமாகப் பேசலாமா? வெட்கக் கேடில்லையா? தாயார் ஏளனம் செய்யமாட்டாளா? வழி நெடுகிலும் இப்படிச் சிந்தனை செய்து கொண்டு சென்றார்.

வீட்டுக்கு வந்த சமயத்தில் தாயாரைக் காணவில்லை பையனையும் காணவில்லை. மனைவி மட்டும் கோடரி. முடிச்சுப் போட்ட தலைமயிருடன் அசிரத்தையாகச் சுவரின்மேல் சாய்ந்து கொண்டு குழந்தைக்குப் பால் கொடுத்துக் கொண்டிருந்தாள். பால் இல்லாததால் குழந்தை சிணுங்கிக் கொண்டிருந்தது.

ஐயர், மனைவியைக் கவனிக்காதவர் போல் கிணற்றங் கரைக்குப் போய்க் கால்களைச் சுத்தி செய்துகொண்டு நடுக் கூடத்துக்குத் திரும்பி வந்தார். முற்றத்தின் ஓரத்தில் வழக்கம் போல் சந்தியாவந்தனத்துக்கு விபூதியும் ஜலமும் லலிதா கொண்டுவந்து வைத்தாள். ஆனால் வழக்கத்துக்கு விரோதமாக ஒரு டம்ளர் ஜலத்தையும் அன்று ஒரேயடியாகக் கொட்டிவிட்டு, சந்தியாவந்தனத்தைக் குறுக்கிவிட்டார் கணவர். எதிலாவது ருசி இருந்தால்தானே?

அதற்குள் தாயாரும் பையனும் வந்தார்கள். ஒருதரம் அலங்கமலங்க விழித்துவிட்டு, "ஏண்டாப்பா? ஆம்படையாளோடெ சண்டேன்னா நான் சாதம் எடுத்துப் போடமாட்டேனோ? கண்ணெல்லாம் குழி விழுந்து போச்சே. இப்பிடிப் பகலெல்லாம் பட்டினி கடந்து சாறயே; நன்னா இருக்கா? உக்காரு; சாதம் போடறேன்'' என்று பரிவுடன் தாயார் சொன்னாள்.

பிள்ளை பதில் பேசவில்லை. தாயாருக்கோ தன்னால் சண்டை முற்றி, பிள்ளை பட்டினியாகக் கிடக்கும்படி ஆகிவிட்டதே என்ற துக்கம். "இல்லாதபோனா அவளையே போடச்

சொல்றேன். லலிதா, இந்தா, எலையைப்போடு'' என்று உருகிப்போய் உத்தரவிட்டாள்.

லலிதா இலைபோட்டுத் தண்ணீர் எடுத்து வைத்தாள்.

"எனக்கு வேண்டாம்" என்றார் ஐயர். தாயார் மன்றாடி மன்றாடிப் பார்த்தாள்; பிரயோஜனப்படவில்லை.

"நீதான் சொல்லிப் பாரேன். வாயிலெ கொழக் கட்டை அடச்சிருக்கா? நீயும் பட்னி'' என்று லலிதாவைப் பார்த்துத் தாயார் சொன்னாள்.

லலிதா உடனே வணக்கமாகவும் அன்பாகவும் சாப்பாட்டுக்கு அழைத்தாள்.

"வேண்டாம்'' என்று சொல்லிவிட்டுத் தம் மெத்தையை எடுத்துக் கொண்டு திறந்த மாடிக்குச் சென்றார், ஸ்ரீசைலபதி ஐயர். படுக்கையை விரித்து வானத்தைப் பார்த்தவண்ணம் படுத்துக் கொண்டார்.

பகலில் நடந்த சம்பவத்தைப் பற்றித் தொடர்ச்சியாக அவர் எண்ணிப் பார்த்தார். 'சண்டை மூண்டது மனைவியாலா? தாயாராலா? அல்லது நாம் கணவன், லலிதா வெறும் மனைவி என்ற புருஷ அகங்காரத்தாலா?' என்று ஆராய்ந்தார். ஒன்றும் விளங்கவில்லை. சிறிது நேரத்துக்குள் சித்தம் ஓய்ந்து போய் விட்டது. தென்ன ஓலையின் ஓசை மயக்க மருந்து ஊட்டிற்று.

நள்ளிரவு; திடீரென்று கண் விழித்து எழுந்து உட்கார்ந்தார். மேலே நக்ஷத்திரங்கள் மாமூல் போல் பாராக் கொடுத்துக் கொண்டிருந்தன. சுற்றிலும் மரங்கள் அநாதிப் பொருளுக்கு வெண்சாமரம் வீசி நின்றன. இடை விட்டுவிட்டு நரிகளின் ஊளை காற்றில் கலந்தது. அதனுடன் சமீபத்தில் ஒரு குழந்தையின் அழுகுரல். 'பக்கத்து வீட்டில்போல் இருக்கிறது' என்று மறுபடியும் ஸ்ரீசைலபதி ஐயர் படுத்துக் கொண்டார். தூக்கம் பிடிக்கவில்லை. பகல் கலகம் அகத்தினுள் முன்னும் பின்னுமாகப் போயிற்று.

அழுகை நெருங்கி வந்தது. மறுகணத்தில், பையனை எடுத்துக் கொண்டு மனைவி எதிரில் வந்து நின்றாள். வாய் மட்டும் திறக்கவில்லை. ஸ்ரீசைலபதி ஐயரின் உள்ளத்தில், கூட்டில் அடைத்த புனுகு பூனையைப் போல் ஒரு குடைச்சல் உண்டாயிற்று. அழுகையுடன் அழுகையாகப் பையன், “ஏப்பா ஒங்கிட்ட என்னெத் தூங்கவச்சுக் கல்லெ?” என்றான்.

பாதி ராத்திரியில் திறந்த மாடியில் பதில் சொன்னால் குடும்பக் கலகத்தை உலகத்துக்குத் தண்டோராப் போட்டது போல் ஆகுமோ என்னவோ என்ற அசட்டுப் பயம்; சும்மா இருந்தார் ஐயர்.

“ஏன் அப்பா வச்சிக்கல்லேங்கறேன்? இப்போ முழிச்சுண்டு பாத்தேன். காணும். மாடீலே இருக்கியோன்னு வந்தேன். இருட்டு, கறுப்பா பயமாயிருந்தது. அழுதேன். அம்மா இங்கே எடுத்துக்கிண்டு வந்தா. அம்மா நல்லவ, ஏப்பா!” என்று மேலே அடுக்கினான் பையன்.

அப்போதும் சும்மா இருந்தார். லலிதாவுக்கோ துயரம் தாங்கக் கூடவில்லை. தன் பேரில் இன்ன குற்றமென்று சொல்லி விட்டால் எவ்வளவு வைதாலும் தாங்கத் தயார் என்பது போன்ற உணர்ச்சி அவள் மனத்தில் பொங்கிக் கொண்டிருந்தது; "ஒங்கப்பா சந்நியாசம் வாங்கிக்கப் போரா. என் மேலே கோபம். இம்மே தொடமாட்டார் ஒன்னை” என்று பையனைப் பார்த்துச் சொன்னாள். ‘தொடமாட்டார்’ என்று சொன்னதைக் கேட்டதும் ஒரே தாவாகத் தாவிப் பையன் தகப்பனாருடைய கழுத்தைக் கட்டிக்கொண்டு, "கோபம்ன்னா என்னப்பா?” என்று கேட்டான்.

தகப்பனார் பதில் சொல்ல முடியாமல் விழித்தார்.

"அது ஏனப்பா வரணும் அம்மாபேரில்?” என்று பின்னும் பாணம் தொடுத்தான் பையன்.

"இப்போதாவது சொல்லுங்கோ; அப்பா, அம்மா, அண்ணன், தம்பி எல்லாரையும் விட்டுவிட்டு, எல்லாம் நீங்க தான்னூட்டு

இருக்கேனே. இன்னிக்கி நான் பண்ணின பெசகென்ன? என் பேரில் பெசகுன்னா என்ன வேணா சிட்சியுங்கோ; வீணாப் பட்ணி கிடக்கிறேளே" என்று அழாத தோஷமாகக் கெஞ்சினாள் லலிதா.

கணவரின் மனம் தளர்ந்தது. அகக்கண்ணுக்கு முன்பு பகல் வேளைச் சம்பவம் வரிசையாக எழுந்தது. குற்றம் தன்னைச் சார்ந்ததென்று மனச்சாட்சி தெளிவாகச் சொல்லிற்று. அதைப் பளிச்சென்று ஒப்புக்கொண்டு விடலாம் அல்லவா? அப்படிச் செய்யாமல் கணவர்கள் வழக்கத்தை ஒட்டி, "பிசகு யார் பேரில் இருந்தால் என்ன? கச்சேரிக் கடுதாசு போய்விட்டது" என்று மழுப்பினார்.

"பாவம் குழந்தைக்கு என்ன தெரியும்?" என்றாள் லலிதா.
"தெரிந்தவள் நீ என்ன செய்தாய் என்று நான் கேட்கிறேன்?"
"கோவிச்சுக்காதிங்கோ. சமையல் கட்டுலே இருந்தவ கவனிக்காதது பிசகுதான். கடுதாசுக் கிட்ட நீங்க இருந்தேளே...."

"சரி, சரி, சும்மா இரு. போனது போகட்டும். இரண்டாம் சண்டையைக் கிளப்பாதே" என்று சமரசப்படுத்தினார் ஐயர்.

கீழே இருந்து கைக்குழந்தையின் குரல் இரவின் நிசப்தத்தைக் கிழித்துக்கொண்டு கிளம்பியது. ஒரு நிமிஷம் லலிதா தயங்கினாள்.

"கீழே குழந்தை அழுகிறதே" என்றார் கணவர்.

"ஆனால் இன்னிக்கு வந்த கோபம் அர்த்தமில்லாத முன் கோபம்ன்னு ஆம்படையா கிட்ட ஒப்புக்கிண்டா அகௌரவ மாக்கும்" என்று சொல்லிக் கொண்டே லலிதா கீழே இறங்கினாள்.

ஸ்ரீ சைலபதி ஐயரின் மனம் முற்றும் இளகிவிட்டது. மனச்சாட்சி உறுத்திற்று.

“ஏண்டீ!” என்பதற்குள் மாடிப்படியில் கால் மெட்டியின் ஓசை கேட்டது. பையனை எடுத்துக்கொண்டு கீழே இறங்கினார்.

"ஏதாவது சாப்பிட்டியோ, இல்லையோ?" என்று பரிவோடு போய்க் கேட்டார் மனைவியை.

"ஆயிடுத்தே.”

தன்னைச் சமாதானப்படுத்த வேண்டிச் சொல்லிய முழுப் பொய் அது என்று அவருக்குத் தெரியும்.

"போகட்டும். இன்னொரு தரம் சாப்பிடு."

"அகாலத்திலே இரண்டாம் தரம் வேண்டாம். நீங்க கீழே வாங்கோ. ஒங்களுக்குப் பால் வச்சிருக்கேன். சாப்பிடுங்கோ. எனக்கு ஒரு நாள் ஏகாதசியாகத்தான் இருக்கட்டுமே."

ஸ்ரீசைலபதி ஐயர் தமாஷாக லலிதாவின் தோள் பட்டையில் தட்டினார்.

கவலை மாடு

கூரை வீட்டுத் திண்ணையில் கிழவனார் இரும்புக் கையுரலில் வெற்றிலை பாக்கைப் போட்டு லொட் லொட்டென்று இடித்துக் கொண்டிருந்தார். பிந்திக் கிடைக்கப் போகும் வெற்றிலை இன்பத்தை முன்கூட்டி ரஸிப்பது போல் அவர் பொக்கை வாய் அசைந்து கொண் டிருந்தது.

மாட்டு மணிச் சத்தம் ஒன்று பக்கத்தில் கேட்டதும் இடிக்கும் வேலையை நிறுத்தி, இருப்பு உலக்கையை மெதுவாகத் தடவித் துடைத்துக் கீழே வைத்துவிட்டு, இடது கையால் சாய்வாய்க் கண்ணை மறைத்துக் கொண்டு தெருவைப் பார்த்தார்.

பத்தடி தூரத்தில் இரண்டு எருதுகள் நின்று கொண்டிருந்தன. சந்தனப்பில்லை வர்ணம்; ஒவ்வொன்றுக்கும் பிடிப்பிடிக் கொம்பு; நுனியில் பித்தளைக் கொப்பி மாட்டியிருந்தது. கிழவனாருக்கு அபிமான புத்திரரான சேர்வைகாரர் பக்கத்தில் தலைக்கயிற்றைப் பிடித்துக் கொண்டிருந்தார்.

கண்ணை மறைத்திருந்த இடது கையை எடுத்து, இரண்டு தரம் மீசையைக் கிழவனார் தடவினார். வலது கையால் திரும்பக் கண்ணை மறைத்துக்கொண்டு, கிழக் குரலை உயர்த்திச் சத்தம் போட்டார்.

"ஏலே! கவலைக்கு மாடு கண்டுபிடிச்சூட்டியாங்?" 'ஏலே' என்று குறிப்பிடப்பட்ட சேர்வைகாரருக்கு வயது முப்பத்தொன்பது. அவர் பிடித்து வந்த மாடு கிழவனாருக்கு அதிருப்தியாயிருக்கும் என்று நினைக்க இடமே இல்லை. ஏனென்றால் அவை நல்ல, நெஞ்சு கனமுள்ள கட்டை. எதிர் பார்த்ததற்கு விரோதமாகக் கிழவனார் உரத்துச் சத்தம்

போட்டதும் சேர்வைகாரருக்குக் காதில் போட்டுக் கொண்டிருந்த திருகாணியை நெருடத் தோன்றிற்றே ஒழிய வேறொன்றும் பேசத் தோன்ற வில்லை.

"ஏங்! கவலைக்கு இம்மாம் பெரிய மாடா வேணும்! இன்னும் கடுக்காயாய்ப் பாக்கிறதுதானே!" என்று நையாண்டி செய்தார் கிழவனார்.

சேர்வைகாரருடன் வந்திருந்த மாட்டுத்தரகனுக்கு ரோஷம் பொத்துக் கொண்டது; ஆனால் அடக்கிக் கொண்டான்.

"மாட்டுக்கு என்னா?" என்றார் சேர்வைகாரர் மெதுவாக.

"மாட்டுக்கு என்னா? தெரியல்லியா? பரமசிவன் ரிஜபந்தான்." தரகன் அப்போதும் சும்மா இருந்தான்.

"சரி, அப்படீன்னா இப்போ என்ன செய்யணுங்கிறீங்க?" என்று சந்தேகத்தைத் தீர்த்துக்கொள்ளப் பார்த்தார் சேர்வைகாரர்.

கிழவனார் லேசுப்பட்டவரா? அவர் பங்குக்கு வாய் திறக்கவில்லை.

"கவலை அடிக்கிறதுதானே? வேலைக்குத் தோது இல்லாமெயா நான் மாடு பிடிச்சாருவேன்?" என்று சமாதானத்துக்கு அடிகோலினார் சேர்வைகாரர்.

கிழவனார் எந்த நாளிலும் சமாதானத்துக்குப் பெயர் போனவர் அல்ல. இடித்த புளி மாதிரி உட்கார்ந்திருந்தார்.

"ஏதாவது சொல்லுங்க. மாட்டை ஓட்டிவிட்டுடறேன். இல்லாட்டீ..."

"இப்போ இவ்வளவு வெட்டு ஒண்ணு துண்டு ரெண்டுன்னு பேசற ஆளுக்குப் புத்தி அப்பொ எங்கே போச்சு? இந்த ஊட்டுலே யாரு எஜமாண்டா? நானா நீயா? இந்த மாடு வேண்டாமின்னு நாலு நாளா அடிச்சுக் கிண்டேனே....'' என்று கிழவனார் வெடித்துப் பேசினார்.

"நீங்க மாடு பிடிச்சான்னீங்களேன்னூட்டு...''

"ஆமாங். மாடு பிடிச்சான்னூட்டுச் சொன்னேன். இந்த மாடு வேண்டாமின்னூட்டும் சொல்லலல்லே?''

"கவலைக்கு இதே போல மாடு இந்த டில்லி எங்கேயும் கிடையாது. வேலை செய்யற தோதுக்குத் தகுந்தாப்பலே கொணாந்தேன்.'

கிழவனாருக்கு உண்மையிலே மாட்டைப் பற்றி அவ்வளவு ஆசேஷபம் இல்லை. மாட்டை முதல் முதல் சேர்வைகாரரே போய்ப் பொறுக்கி வந்ததுதான் குற்றம். நாலைந்து ஜோடி மாடுகளைக் குறிப்பிட்டு விட்டுக் கிழவனாரை எது பிடிக்கலாம் என்று கேட்டிருக்க வேண்டியது முறை. சேர்வைகாரர் முறை தவறியதன் பலன் இது! நல்ல மாட்டைவிட எஜமானத்துவம் என்னும் அதிகாரம் முக்கிய மல்லவா? அதை இழக்கக் கிழவனார் தயாராக இல்லை. அநாதையாகக் கிடந்த அக்கா பிள்ளையைக் கொணர்ந்து வளர்த்து ஆளாக்கி, வீடு விளங்க அவனுக்குப் பெண்ணெடுத்துப் பட்ட பாடெல்லாம் அடிவேரில் அரிவாள் வெட்டைப் போல் விழுந்தால் எப்படிச் சகிக்க முடியும்? கவலை அடிக்கிறானாம் கவலை! யார் அப்பன் வீட்டு நிலம்!

இந்த மாதிரியான நினைப்பிலே தத்தளித்துக் கொண்டே கிழவனார் பதில் சொன்னார்: 'இந்தா, நானும் எங்க நாளிலே கவலை அடிச்சிருக்கிறேன். எங்க ஐயா நிழல் என் மேலே பட்டதில்லே. அவர் பேச்சுக்குப் பதிலும் சொல்றதில்லே. இத்தினிக்கும் ஊசி குத்தற இடங்கூட அவர் சம்பாரிச்சுக் கொடுக்கல்லே. நீ நன்னிகெட்டமாதிரி..."

“அப்பொ மாட்டைத் திருப்பி ஓட்டிவிட்டுடட்டா?” என்று பணிந்தார் சேர்வைகாரர்.

“என்னைக் கேட்டா ஓட்டிக்கிட்டு வந்தே? எதை வேணாச் செய்!" என்று வெற்றிலை இடிக்க ஆரம்பித்தார் கிழவனார்.

மிகவும் தர்மசங்கடமான நிலைமை. சேர்வைகாரர் யோசித்தார். அன்றாவது கவலை போட்டுத் தண்ணீர் பாய்ச்சா விட்டால் கனவில் கூட வயல் விளையும் என்று எண்ண வேண்டியதில்லை. பயிர் காய்ந்து அவ்வளவு சருகாய் விட்டது. பிறகு வயலில் காலத்தில் பாடுபட வில்லை என்று கிழவனார் திண்ணையில் உட்கார்ந்து பாடுவார்! எது பொறுக்கக் கூடியது? வயலைக் கெடுக்கக் கூடாதென்று நினைத்து மாட்டைச் சேர்வைகாரர் வயல் பக்கம் ஓட்டிக் கொண்டு போனார்.

இரவு ஆறரை மணி இருக்கும். வயலிலிருந்து எருதுகளைச் சேர்வைகாரர் ஓட்டிக்கொண்டு வந்தார். தெருவிலே ஒரு மொட்டை வண்டி கிடந்தது. கிழவனார் அதில் உட்கார்ந்திருந்தார். பக்கத்தில் வெளியூர் ஆள் ஒருவன் நாற்றமடித்த சுருட்டு ஒன்றைப் பிடித்துக் கொண் டிருந்தான். வண்டியைப் பூட்ட வேண்டியதுதான் பாக்கி. சேர்வைகாரர் மனைவி பெரு நடையாக ஓடி வந்து கொண்டிருந்தாள். சேர்வைகாரருக்கு விஷயம் விளங்காமல் இல்லை. இருந்தாலும் ஒதுங்கியே நின்றார்.

கிழவனாருக்கும் சேர்வைகாரர் மனைவிக்கும் எப்போதுமே நல்ல ராசி. ஏனென்றால் உலகத்தை ஆட்டி வைக்கும் வயிறு, இந்த இடத்தில் சேர்வைகாரர் மனைவியை எதிர்பார்த்துத்தான் நின்றது. ஆகவே சேர்வைகாரரைப் பற்றிக் கிழவர் எவ்வளவு முணுமுணுப்பாரோ அவ்வளவு அவர் மனைவியைப் பற்றிப் புகழ்வது வழக்கம். அவளுக்கும் கிழவனார் குணம் வீட்டுக்கு வந்த புதிதில் எளிதிலே பிடிபட்டுவிட்டது. எக்கச்சக்கமான சந்தர்ப்பங்களில் அவரை மடக்கும் தந்திரத்தையும் அவள் அறிந்து விட்டாள். மூக்கிலும்

கண்ணிலும் பொக்கை வாயிலும் நெருப்புப் பொறி பறக்க, “அந்த வைக்கோலை இன்னும் ஏன் போர் போடவில்லை?” என்று அநாவசியமாகக் கிழவனார் சாட்டை வாங்கிக் கொண்டிருக்கும்போது, மிகவும் நயமாக வெல்லம் போட்டுப் பிசைந்த கம்புமா ஒரு தட்டைக் கொண்டு வந்து வைத்து விடுவாள். தன் மனத்தை அவள் எப்படி அறிந்தாள் என்று வியந்து கொண்டே கிழவனார் கம்புமாவை அள்ளி வாயில் போட்டுக்கொள்வார். அதோடு வைக்கோல் காற்றிலே போய்விடும். ஆகையினால் அவளைக் கண்டால் வாலைக் குழைக்கும் நாய்போல் அவர் முகத்தில் அன்பும் அடக்கமும் தவழும்.

கிழவனார் மொட்டை வண்டியில் ஏறப் போவதைப் பார்த்து ஓடிவந்தாள். அவருடன் நேரே பேசவில்லை. ஆனால் சுருட்டுப் பிடித்துக் கொண்டிருந்தவனைப் பார்த்து, “ஏன் ஐயா! மாமாவை எங்கே கூட்டிப் போறே?” என்றாள்.

"ஊருக்கு வரேன்னாரு.”

“ஏன் மாமா? ஊட்டுக்காரரோடே சண்டேன்னா உங்க ஊட்டை விட்டுப் போவானேன்?” என்று அவள் கிழவனார் பக்கம் திரும்பினாள்.

அவளைப் பார்த்ததுமே கிழவனாருக்கு நாடி தளர்ந்து விட்டது; அவள் கேள்வி காதில் பட்டதும் அவருடைய வேகம் குடத்தில் அடையும் பாம்பைப் போல ஒடுங்கிப் போயிற்று. நரைத்த மீசையைக் கீழ்ப்புறமாக இழுத்து விட்டுக்கொண்டே, "இல்லே, வண்டியை விலை பேசலாமின்னு யோசனை. எரு கிரு அடிக்கலாம். வண்டி உட்கார்ந்து ஓட்ட எப்படி இருக்குன்னு பாத்தேன்” என்று புளுகினார். அப்படிப் புளுகிக் கொண்டே வண்டியை விட்டுக் கிழவனார் கீழே இறங்கினார்.

அவர் இறங்கினாரே ஒழிய அவர் மனம் இறங்கவில்லை. தாம் ஆளாக்கிவிட்ட சேர்வைகாரருக்கு அவ்வளவு வல்லாண்மை இருக்கும்போது தாம் மட்டும் புருவமயிர் முதற்கொண்டு நரைத்துப்போன பத்து ஏக்கர் நிலத்துக்காரர் மட்டும் - இளிச்சவாயனா? 'அந்த மாட்டை மட்டும் அவன் விற்காமல் இருக்கட்டும். அந்தப் பெண்ணுக்காகக் கூடப் பார்க்கப் போவ தில்லை" என்று வண்டியண்டை நின்று கொண்டே கிழவனார் தமக்குத் தாமே பேசிக் கொண்டார்.

"வண்டிகிட்டே நிற்பானேன்? மாட்டைக் காலையிலே வித்தூட்டு மறு காரியம் பார்க்கச் சொல்றேன் - இந்தாலே அவருகூட வந்தூட்டாரு. நாளைக்கு விடியறத்துக்குள்ளார மாட்டை வித்தூடணும், தெரியுதா?"

கிழவனார் தயங்கித் தயங்கித் திண்ணையில் வந்து உட்காரப் போனவர், ஏதோ சமாதானமாகாமல் அடுத்த வீட்டுத் திண்ணையில் போய் உட்கார்ந்தார்.

பக்கத்து வீட்டுக் கிழவனாருக்கு 'லா பாயிண்டு'க் கவுண்டர் என்று பெயர். அந்தப் பக்கங்களிலே முடிச்சுப் போடுவதும் அவிழ்ப்பதுமே அவர் உத்தியோகம். இந்த உத்தியோகத்துக்குச் சம்பளமில்லையே ஒழியச் சம்பாத்தியம் உண்டு. அபூர்வமாக அடுத்த வீட்டுக் கிழவனார் தம் வீட்டுத் திண்ணைக்கு வந்ததும், 'பாயிண்டு'க்கு நாக்கில் ஜலம் ஊறிற்று.

"அண்ணே, ஒரு யோசனை சொல்லு. நான் பண்ணினேனே உயிலு...."

'ஆமாங். அந்தச் சிங்கம்பட்டிச் சேர்வைகாரனுக்கு எளுதிவச்சியே, அப்பவே எனக்கு யோசனைதான்."

"அதை இப்பொ மாத்தணும். சட்டம் அதுக்கு என்னா சொல்லுது?"

“சட்டம் என்னா சொல்லுது? சரியாத்தான் சொல்லுது. எளுதி வச்சவனுக்கு உயிர் இருந்தால் உயில் செத்துக் கிடக்கும். எழுதிவச்சவன் செத்தால் உயில் எழுந்திருச்சுடும். அவ்வளவு தான்.”

கிழவனார் சமாதானமடைந்து சொந்த வீட்டுத் திண்ணையில் வந்து சாய்ந்து கொண்டார்.

சேர்வைகாரருக்குக் கிழவனார் குணம் தெரியாமல் இல்லை. உயிலைப் பற்றிய நினைப்பும் இல்லாமல் இல்லை.

ஆகையினால் மறுநாள் காலை தம் ஜமாக்களில் நாலு பேரை அழைத்து வந்தார். கிழவனார் திண்ணையில் வெற்றிலை இடித்துக் கொண்டிருந்தார்.

"எங்கே இருக்குது எருது?” என்று இரைந்தான் ஓர் ஆள்.

"மாட்டைப் பார்க்க வேணாம். நான் சொல்றேன். விலையைப் பேசுங்க” என்று கிழவனார் காது செவிடுபடும் படி சொன்னார் தரகுகாரர்.

"மாடு விக்கறதுன்னூட்டு எந்த மூளி சொன்னான்?” என்று சீறி விழுந்தார் கிழவனார்.

"சேர்வைகாரரு.”

"இந்த ஊட்டுலே யாரு எசமான்னு இன்னுமா உனக்குத் தெரியல்லே? தரகு வியாபாரம் செய்ய வந்தூட்டியே. அவனா மாட்டை வாங்கறது? அவனா மாட்டை விக்கறது? ரொம்ப மோசமாப் போச்சே!”

"நான் கண்டபடி;" என்று கிழவனாருக்குத் தெரியாமல் கண்ணைச் சிமிட்டினார் தரகர்.

"மாடு விக்கறதில்லை; தெரிஞ்சுக்கிட்டீங்களா?”

"நீங்க நேத்துக் கோவிச்சுக்கிட்டீங்களேன்னுட்டு இவுங்களை அளைச்சாந்தேன். நீங்க எப்படிச் சொல்றீங்களோ அப்படி" என்று எரிகிற நெருப்பில் நெய்யை விட்டார் சேர்வைகாரர்.

"இந்த ஊட்டிலே நான்தான் எசமான்; தெரியுமா? நீ இல்லே. மாட்டை நான் விக்கறதில்லை" என்று கிழவனார் உரலில் ஓங்கி இடித்தார்.

ஏமாந்துபோனவர்களைப் போன்ற பாவனையுடன் தெருக்கோடிப் பிள்ளையார் கோயிலண்டை எல்லோரும் திரும்பிப் போய்விட்டார்கள். அப்போதுதான் சேர்வைகாரர் கையிலிருந்து தரகன் கைக்குப் பணம் மாறிற்று.

"இந்தத் தந்திரம் பண்ணாட்டி மாட்டை ஊட்டிலே கட்ட விடுவாரா கிழவனார்?" என்று தம்மையே புகழ்ந்து கொண்டார் சேர்வைகாரர்.

வீட்டுத் திண்ணையிலே வேகவைத்த சர்க்கரைவள்ளிக் கிழங்கைத் தின்றுகொண்டிருந்த கிழவனாருக்குப் பிள்ளையார் கோயிலில் நடப்பது தெரியப்போகிறதா?

"என்கிட்டே ஓம் புருசனை வாலாட்டச் சொல்லாதே, தெரியுதா?" என்று சேர்வைகாரர் மனைவியை வீறாப்போடு கிழவனார் எச்சரித்தார்.

கபோதி

உணர்ச்சியைக் குதிரையாகக் கொண்டு நாட்களை ஓட்டு வோருக்குப் பல விபத்துக்களும் துன்பங்களும் எதிர்ப்படும். அறிவும் சிறுநலமும் சாலைமரத்து நிழல்கள் போல் அடுத்தடுத்துக் குறுக்கிட்டுத் திகைப்பை விளைவிக்கும்.

சிவநாதசர்மா அந்த நிலையில் இருந்தார். மனசிலே பெருத்த குழப்பம். இரண்டாம் கட்டை நோக்கிக் கொண்டு முற்றத்தின் ஓரத்தில் உட்கார்ந்திருந்தார். அவர் தாம் அந்த வீட்டுச் சொந்தக்காரர்.

இரண்டாம் கட்டிலிருந்து சேதுஸ்வாமி பிடரியைத் தடவிக் கொண்டே முன்கட்டுக்கு வந்தான். அவன் அந்த வீட்டில் குடியிருப்பவன். சர்மாவண்டை வந்ததும் ஓர் உள்ளங்கையை மற்றோர் உள்ளங்கையோடு தேய்த்துக் கொண்டே தன் சங்கற்பத்தைத் தெரிவித்துவிடுவதென்று பேச ஆரம்பித்தான்.

"நாளைப்போக மறுநாள் ஜாகை மாத்தலாம்னு இருக்கேன்."

சிவநாத சர்மாவின் காதில் அந்தப் பேச்சு விழாமல் இருந்திருக்க முடியாது. ஆனால் மனசு அதை வாங்காததால் அது வெறும் ஓசையாகவே நின்றுவிட்டது. இருந்தாலும் மனிதர்களுக்குள் ஒரு மரியாதை இருக்கிறதல்லவா? - பேசுபவர் என்ன சொல்லுகிறார் என்று புரியாவிட்டாலும் ஏதோ ஒரு பதில் சொல்ல வேண்ணடுமென்று சிவநாத சர்மா பதில் சொன்னார்.

"இனிமேல் என்ன பண்றதுன்னு தெரியல்லே."

சேதுஸ்வாமி ஒன்றும் புரியாமல், "எதுக்கு?" என்றான்.

"இந்தக் குட்டி இருக்கிறாளோ இல்லியோ? அவளுக்காகத் தான்.''

"அவளுக்கா? வாஸ்தவமா இவ்வளவு பணக்காரர்களும் ஆஸ்திகர்களும் நிறைஞ்ச ஊரிலே இந்தப் பொட்டைப் பொண்ணை வச்சுக்கிண்டு நீங்க தவிக்கிற தவிப்பைப் பார்த்தா ரொம்பப் பரிதாபமாக இருக்கு."

"என்ன பண்றது? பெண்ணோ ரெண்டு கண்ணும் பொட்டை. அப்பா அம்மா இல்லை. இவ பாட்டி ஒத்தி இருந்தா அவளும் இந்த வீட்டுக்குக் குடிவந்த ரெண்டு மாசத்துக் கெல்லாம் போயிட்டா. இவாளைக் குடிவச்சிக்கிண்டதற்குப் பலன் இவ பாட்டி போனப்பறம் இந்தப் பொட்டையைக் காப்பாத்தற பாரம் என் தலையிலே விழுந்திருக்கு. நல்ல மனசு படைச்சிருந்தா அதுக்குத் தண்டனை உண்டுபோல் இருக்கு.''

தான் ஆரம்பித்த பேச்சைத் துவக்க இடைவெளி ஏற்பட்டதாக நினைத்துக் கொண்டு மறுபடியும் ஆரம்பித்தான் சேதுஸ்வாமி.

"நல்ல மனசு படைச்சிருந்தால் நல்ல தண்டனை உண்டு. நான்கூட நாளைப் போக மறுநாள்....''

"ஏன்? ஊரிலேயும் அதான் சொல்றா. ஒரு நாளா ரெண்டு நாளா, ஒரு வருஷமா இரண்டு வருஷமா! ஜன்மம் பூராவும் இந்தப் பொண்ணுக்குச் சாப்பாட்டுக்கு வழி செய்யறதுன்னா யாராலே முடியுங்கறா."

"ஆனால் எனக்கொண்ணு தெரியறது: ஒங்களைப் போல ஈரம் இருக்கிறவாளைப் பாக்கறப்போத்தான் சுவாமி ஒத்தர் இருக்கலாம்னு தோண்றது."

"இதிலே இன்னொரு தமாஷ் என்ன தெரியுமா? அந்தப் பொண்ணுக்குச் சாப்பாட்டுக்குக் கூட ஏற்பாடு பண்ணிடுவாளாம். ஆனால் அவளுக்கு இப்பவே பனிரெண்டு வயசாச்சே, கல்யாணத்துக்கு என்ன பண்றதூன்னு யோசிக்கிறப்பொதான் ஒண்ணுமே தோணாமே போறது."

"ஒரு சத்திரம் சாவடிக்கு எழுதிவைக்கறது, ஒரு அம்மனுக்கு வைர அட்டிகை இழைச்சுப் போடறது, இந்தத் தர்மத்தை யெல்லாம்விட இந்தப் பொட்டை அநாதையைக் காப்பாத்த ஒரு ஏற்பாடு பண்ணினால் அவாளுக்குக் கோடிப் புண்ணியம் உண்டு. இதையெல்லாம் விட்டூட்டு வெறுமனே கூச்சல் போடறான்களே."

"நீங்க சொல்றது ரொம்ப நியாயம். ஆனால் நம்பதேசத்து ஜனங்களுக்குத்தான் நெஞ்சு காஞ்சு தீஞ்சு சரகாப் போயிட்டுதே. இல்லாத போனால் இந்தத் தேசம் இப்படிப் படுகிடையாய்க் கிடக்குமா? ஒரு பணக்கார ஆஸ்திகன் ஒண்டியாய் இந்தப் பொண்ணை ஸம்ரக்ஷிக்கப்படாதா? இன்னிக்கி ஒரு பணக்கார ஸநாதனி பொறுப்பைத் தட்டிக் கழிக்கிறதற்காக ஒரு போக்குக் காட்டினார். அப்படியே செஞ்சால் என்னன்னு பார்க்கிறேன். கிறிஸ்தவப் பாதிரி கிட்டே சேர்த்தூடலாம்னார். நல்ல யோசனை தான். பொண் பொழைச்சுப் போயிடும். எனக்கும் இந்த ஊரெல்லாம் சுத்தி இந்தப் பொண்ணின் சாப்பாட்டுக்காக மூணு நாலு வசூல் பண்ற தொல்லையும் விட்டுப் போகும்."

"ஒரு வார்த்தை சொல்றேன். என்ன கஷ்டம் இருந்தாலும் கிறிஸ்தவ மதத்திலே சேர விட்டூடாதிங்கோ. என்ன அந்தரங்க சுத்தியாக் காரியம் செஞ்சாலும் நாலுபேர் நாலு தினுசாச் சொல்லத்தான் சொல்லுவான்கள். அதுக்காகப் பின்வாங்கப் படாது. உலகம் பலவிதமோ இல்லியோ?.... நான் வந்து நாளைப்போக மறுநாள்...."

சிவநாத சர்மா மனசிலே அந்தக் கடைசி வார்த்தைகள் விழவே மறுத்தன. மனத்தின் குழப்பம் நிலைகொள்ள, அலையும் ஸ்திதியில் தம் எண்ணங்களையெல்லாம் வாரி மேலே கொட்டிக் கொண்டே போனார்.

"அதுக்காக எல்லாம் நான் பயப்படல்லே. இப்பொ எல்லாம் வரவர ஒவ்வொரு மாசமும் அந்தப் பெண்ணின் சாப்பாட்டுச் செலவுக்குக்கூட வசூல் ஆகறதில்லே. நானோ வெறும்

தரித்திரன். நீங்க குடுக்கறேளே மாசம் மூணு ரூபாய் வாடகை; அதையும் என் கடைச்சம்பளம் பத்து ரூபாயையும் வச்சுக்கிண்டு காலத்தைக் கடத்தறேன். ஓடம்பாலே நானும் என் ஆம்படையாளும் இந்தப் பொண்ணுக்காக ஒழைக்கலாம். மேலே என்ன பண்ணமுடியும்?"

"அப்பொ என்ன முடிவு?"

"எங்கேயோ ஒரு அநாதாச்ரமம் மாளவியாஜி ஏற்படுத்தி இருக்கிறாராம். அவாளுக்கு எழுதிப்போட்டிருக்கேன். இந்த ராஜதானியிலே, இனாமா ஒரு பொட்டையை வச்சு ரட்சிக்கறதற்கு ஒரு ஸ்தாபனமும் இல்லே பாருங்கோ? அது பலிச்சால் உண்டு; இல்லாதபோனாச் சிவனேன்னு கிறிஸ்தவப் பாதிரி கிட்டே ஒப்படைச்சூடப் போறேன்."

"தன் தீர்மானத்தைத் திரும்ப வெளியிடக் கூடிய சந்தர்ப்பம் அதுவே" என்று நினைத்தான் சேதுஸ்வாமி.

"ஆமாம், ஆமாம். இவ்வளவு கஷ்டப்பட்டுக் கொண்டு ஒரு நல்ல காரியத்தைக்கூட எத்தனை நாள்தான் செய்ய முடியும்? நான்கூட நாளைப்போக மறுநாள் ஜாகை மாத்தலாம்னு இருக்கேன்."

பேச்சின் கடைசிப்பாகத்தைக் கேட்டுக்கொண்டே பொட்டைப் பெண் நண்டைப் போன்று நகர்ந்து வந்ததை அவர்கள் இருவரும் பார்க்கவில்லை. அவர்கள் கிட்டத்தில் வந்ததும், "மாமா, தப்பு செஞ்சிருக்கேன். ஆனா வேணும்னு செய்யல்லே, மாமா" என்று அவள் ஆரம்பித்ததும் சேதுஸ்வாமி கொஞ்சம் திடுக்கிட்டுப் போனான். சிவநாத சர்மா கண்ணை அகல விரித்தார்.

"மாமா, ரெண்டு மூணு நாளா ராத்திரி எழுந்து கொல்லைப் பக்கம் போனேன். அத்தையை எழுப்பாமெ நான்மாத்திரம் போனேன்.

கொல்லைத் தாப்பாளைத் திறக்க முடியல்லே. அப்புறம் முந்தா நாள் மத்யான்னம் வேறே ஒரு பிசகு செஞ்சிப்பிட்டேன். இரண்டாம் கட்டு முத்தத்திலே வழியிலே ஒரு பொம்மை கடந்திருக்காப் போல இருக்கு: அவா குழந்தை யினுடையது. நடந்து போறப்போ தெரியாமே மிதுச்சுப் பிட்டேன். அது பொதக்கின்னு நசுங்கிப் போச்சு. அதுக்குப் பேர் செல்லுலாயிட் பொம்மைங்கறா.''

"சேதுஸ்வாமி திருடனைப்போல் விழித்தான். கண் இல்லாத குழந்தை அவன் கள்ளத்தனத்தை உடைத்துக் காட்டிவிட்டாள் அல்லவா? அசடு ஔற்றது; அதெல்லாம் ஒண்ணும் காரணமில்லே. எங்களுக்கு இடம் கொஞ்சம் கீகடமா இருக்கு; அதான்."

அதற்குச் சிவநாத சர்மா பதில் சொல்ல ஆரம்பிப்பதற்குள் வீட்டுக்குள் பெருங்காயக் கடைச் சேட்டும் வேறு ஒரு வடக்கத்தியாரும் வந்து சேர்ந்தார்கள். இருவருக்கும் கை கூப்பி நமஸ்கரித்துவிட்டுச் சேட்டை எதிர்நோக்கி நின்றார் சர்மா.

"இவருதான்; அந்த அநாதாச்ரமத்திலேயிருந்து இன்கி வந்திருக்கிறாங்க. உங்க கடுதாசெல்லாம் காம்பிச்சாரு. நான் அல்லாம் அவருக்குச் சொல்லிப் போட்டேன். பொண்ணை அழச்சிக்கிணு போய்ப் பந்தோபஸ்தாப் பாத்துக்குவாரு'' என்றார் சேட்.

சிவநாத சர்மாவுக்கு ஓர் ஆறுதல். கிறிஸ்தவப் பாதிரியிடம் இனிப் போக வேண்டாமல்லவா?

''என்ன குழந்தே, அவர் கூடப் போறயா?'' என்றார்.

பெண் சேட் பேசிய ஓசையின் மூலம் அந்தத் திக்கை நிதானம் செய்துகொண்டு அவர்களைப் பார்த்துத் திரும்பினாள். பாப்பா தெரியாத, கறுப்பே இல்லாத இரு விழிகள்! ஒரு நிமிஷம் ஏதோ யோசனை. பிறகு, "போறேன் மாமா'' என்றாள்.

மரத்தின் ஆணிவேரை அறுத்தது போன்ற ஓர் உணர்ச்சி பிறந்தது அந்த வார்த்தையின் விளைவாய். சர்மா தம் மன நெகிழ்ச்சியை மறைக்க முயன்றார்.

சேட் எல்லோருக்கும் தைரியம் சொன்னார். “ரொம்ப ரொம்ப நல்லா அங்கே பாத்துக்குவாங்க. இதிலே அவங்களுக் கெல்லாம் இருக்கிற சிரத்தா பக்தி நமக்கு ஸ்வாமி கிட்டே கூட இருக்காது. இதைத்தான் அவங்க அகண்ட பூஜை என்றாங்கோ."

“நான் இனிமே என்ன பண்ணனும்?” என்றார் சர்மா.

“பொண்ணெ அனுப்பிக்கச் சம்மதம்னு நீங்க அவர் கிட்டெ ஒரு கடுதாசி எழுதிக் குடுங்கோ. அவர் கொளந்தையை அழச்சிக்கிண்டு போறேன் இன்னு உங்களுக்கு ஒரு கடுதாசு தருவார். அவ்வளவுதான்.”

"என்ன குழந்தே, போறயா?" என்று இரண்டாந்தரம் கேட்டார் சர்மா.

“எவ்வளவு நாள்தான் ஓங்களை யெல்லாம் கஷ்டப் படுத்திக்கிண்டு இருக்கிறது?.... போறேன் மாமா."

அரை மனசோடு சர்மா கடிதத்தை எழுதிப் பூர்த்தி செய்தார். வந்தவரும் எதிர்நடையை எழுதி முடித்தார். சர்மாவுக்குத் திடீரென்று இரண்டு கடுதாசியிலும் சாட்சி வாங்க வேண்டு மென்று தோன்றிற்று. சேட் சாட்சி போட்டார்.

"சேதுஸ்வாமி, நீயும் சாட்சி போடேன்” என்றார் சர்மா.

சர்மா எவ்வித மறைமுகமான எண்ணமும் இல்லாமல் சாட்சி போடச் சொன்னார். ஆனால் ஏனோ சேதுஸ்வாமியின் நெஞ்சிலே அது ஒரு முள்ளாய்த் தைத்தது. அதற்காக அவர் தயங்கவும் இல்லை. இரண்டு கடிதத்திலும் சாட்சி போட்டார். பிறகு சர்மாவும் வந்தவரும் ஆளுக்கு ஒரு கடிதத்தை எடுத்துக் கொண்டார்கள்.

"அவ்வளவுதானே? எப்போ அழைச்சுக்கிண்டு போகணும், சேட்ஜீ?"

"இப்பவே. அவரு ராத்திரி ஊருக்குப் போறாரு."

மனது அலைபடாதவரைப் போல் சர்மா உள்ளே போய் இரண்டு பாவாடைகளையும் கிழிந்த சட்டை ஒன்றையும் சுருட்டிக் கொண்டுவந்து பெண் அருகில் வைத்தார்.

"ஏன் மாமா, அந்தக் கிழிஞ்ச சட்டையைக்கூட வச்சிருக்கேளா?"

"ஆகா."

"ஏன் மாமா? என்னை அழைச்சிண்டு போறவருக்குத் தமிழ் தெரியுமோ?"

"அவருக்குத் தெரிஞ்சிருக்காது."

இதற்குள் சேட்டும் மற்றவரும் எழுந்து விட்டார்கள். அந்த விஷயத்தை அந்தப் பெண் ஊகித்தறிந்து விட்ட போதிலும் இடத்தைவிட்டு அவளால் எழுந்திருக்க முடியவில்லை. நெஞ்சிலே அவ்வளவு பெரிய சுமை! ஆனால் சர்மா அதை ஊகிக்கவில்லை.

"என்ன குழந்தே! அவாள் எழுந்திருந்துட்டாளே போக. நீ போறயோ?"

"போறேன் மாமா" என்று எழுந்திருந்தாள். திரும்பக் குனிந்து பாவாடையை எடுத்தாள். இரண்டு துளி கண்ணீர் தரையில் விழுந்தது.

அதை நான்கு பேரும் பார்த்து விட்டார்கள்.

"சேட்ஜீ! அந்தக் கடுதாசைக் கிழிச்சூடச் சொல்லுங்கோ; நான் அனுப்பல்லே.'

"நான் கிளம்பிட்டேன், மாமா'' என்றாள் குழந்தை, கண்ணைத் துடைத்துப் பாவாடையைச் சீர்செய்து கொண்டு.

"குழந்தே! உன் வாய் போறேன்னு சொல்றது; மனசு சொல்லல்லே'' என்று சொல்லிக்கொண்டே கடுதாசைக் கிழித்தெறிந்தார் சர்மா.

சேட் விடை பெற்றுக்கொண்டு, "என்னா குழந்தே! நாங்க போகட்டுமா?" என்றார். குழந்தை ஒலி வந்த திக்கை நோக்கினாளே ஒழியப் பதில் சொல்லவில்லை.

இருவரும் போய்விடவே சர்மாவின் மனத்திலே ஏதோ பொங்கிற்று. பெண்ணை அணைத்து அவள் தலை மயிரைத் தடவினார். அவ்வுணர்ச்சி தணிந்தது.

"ஜாகை மாத்தறதூன்னு சொன்னேன் பாருங்கோ. அதை அப்புறம் பார்த்துக்கலாம்னு விட்டூட்டேன்'' என்றார் சேதுஸ்வாமி காதைத் தடவிக் கொண்டே.

"செய்யுங்கோ."

விஞ்ஞானத்துக்குப் பலி

"நான் போனதரம் டில்லி சட்டசபையில் மெம்பராக இருந்த போதே இந்த யோசனை செய்தேன். சிநேகிதர்கள் முட்டுக் கட்டை போட்டார்கள். இப்போதாவது அந்த யோசனையைப் பூர்த்தி செய்யாவிட்டால் அனுப்பிய தொகுதிக்குத் துரோகம் செய்ததாக முடியும். இனிப் பொறுக்க முடியாது."

இப்படிச் பேசியவர் விசுவநாத அடவியார், எம்.எல்.ஏ. எதிரில் இருந்தவர் டாக்டர் சேதுராவ். சீமையிலும் ஜெர்மனியிலும், ஸயன்ஸில் டாக்டர் என்னும் பட்டத்தைப் பெற்றவர். சேதுராவ் கேட்டார்.

"அடவியார்வாள், முகம் சிவந்துவிட்டதே உங்களுக்கு! பேசின விஷயம் என் காதுக்கென்று சொல்லி யிருந்தால், கொஞ்சம் வெளிப்படையாகச் சொன்னால் என்னால் ஆன உதவி புரிகிறேன்."

"உண்மையில், ராயர்வாள், யுத்தத்துக்காகக் கொலைக் காற்று, ஆகாய விமானம், விஷவாசனை, டார்ப்பிடோ இவைகளை ஸயன்ஸ் பண்டிதர்கள் கண்டுபிடித்ததிலிருந்து எனக்குக் கோபம். வரவர ஹிம்சை செய்வதற்கும் கொல்வதற்கும் பொழுது போக்குக்கும் ஈசுவரன் கொடுத்த உயர்ந்த மூளையை மேல்நாட்டுப் பண்டிதர்கள் செலவழிப்பதைப் பார்த்தால், அடுத்த யுத்தத்தில் மனிதன் பூண்டற்றுப் போவான் என்றே தோன்றுகிறது. இதைத்தான் புத்தியின் விபசாரமென்று நான் சொல்லுவேன். இந்த விஷம புத்தி, நமது இந்தியருக்குள்ளும் பரவிவருவது, எனக்குச் சகிக்கவில்லை. எதற்காக நமது ஜனங்கள் வெடிகுண்டும் துப்பாக்கியும் பழகிக்கொள்ள வேண்டும்? இதெல்லாம் நமக்கு வேண்டாம்.

இவைகளைத் தடுப்பதுதான். சுத்த சைவனாகிய என் நோக்கம் சரிதானா?"

"அடவியார்வாள், நான் இது விஷயத்தில் முந்திக் கொண்டு விட்டேன். பொதுஜனங்களுக்கு எந்த விதத்திலும் ஹிம்சை செய்யக்கூடிய கருவிகளையோ சக்திகளையோ நமது தேசத்தில் கண்டுபிடிப்பதோ பரவச் செய்வதோ தண்டனைக்குரிய செய்கை என்று ஒரு சட்டம் தயாரித்திருக்கிறேன். அதற்கு உட்பிரிவுகள், அமலுக்குக் கொண்டுவரும் வழிகள், இவைகளைக் கொஞ்சம் கண்டு தயாரித்திருக்கிறேன். இதுதான் அந்த மசோதாவின் நகல்."

"அடே, ஆச்சரியமாயியருக்கிறதே, டாக்டர்வாள் சொல்வது! சீமையிலும், ஜெர்மனியிலும் ஸயன்ஸில் நிபுணரென்று மெடல்களும் பவுனும் பரிசு பெற்ற நீர் புகையை எதிர்த்துப் பாயும் புலிபோல் நான் சொல்லுவதை எதிர்ப்பீரென்றல்லவா பார்த்தேன். ஊசி வெடிக்கட்டுப்போல் 'புஸ்ஸென்று' விட்டீரே. காரணம்?"

"அப்படிக் கேளும், காரணம். இந்த மசோதாவைப் பார்த்தாகட்டுமே."

"இந்த அவசரத்தில் முடியாது. காரணத்தை முதலில் சொல்லும்." "அப்படியென்றால் இதைக் கேளும்" என்று ராயர் ஆரம்பித்தார்.

"வெகு நாளாக ஸயன்ஸ் பேர்வழிகள், கடவுளைப் போல் சுயமாகச் சிருஷ்டி செய்யத் தலைகீழாக நின்று வருகிறார்களே தெரியுமா? சிலர் இரண்டொரு ரசாயன வஸ்துக்களைச் சேர்த்து உயிருண்டாக்க முயன்று வருகிறார்கள். சிலர் மனிதனைப்போல இரும்பு அல்லது இதர உலோகங்களில் யந்திரங்கள் செய்து, மின்சார விசைகளை அதற்குள் வைத்துப் பார்த்தார்கள். இதுவரையில் அவர்கள் எண்ணம் முழுதும் கைகூடியதாகச் சொல்லக்கூடாது." ஆனால் சமீபத்தில் கடவுளுக்கே ஆபத்து வந்துவிட்டதெனச் சொல்லலாம். எச். மே என்பவர் ஓர் ஆளைத் தயார் செய்திருக்கிறார். கடவுள்

இப்போது என்ன யோசிக்கிறார் என்று தெரியவில்லை. அந்தப் புதுச் சிருஷ்டிக்கு ஆல்பாவென்று நாமகரணம் செய்யப்பட்டிருக்கிறது. உடலெல்லாம் இரும்புக் கூடு. கண், வாய், மூக்கு, செவி அவ்வளவும் உண்டு. மின்சாரத்தால் அவ்வளவு உறுப்புக்களும் வேலை செய்கின்றன. ஆல்பா சாதாரணக் கேள்விகளுக்கெல்லாம் பதில் அளிக்கிறதாம்; உலாவுமாம். நம் தேசத்து வெற்றிலைப் பெட்டி மிராசுதார் மாதிரி என்று வைத்துக் கொள்ளலாம். பகுத்தறிவு இருப்பதாகத் தெரியவில்லை; தானாகவும் ஒன்றும் செய்யாது. ஆகவே ஆல்பாவிடம் கொஞ்சம் உஷாராகப் பழக வேண்டுமாம். ஆல்பா ஒருவேளை இரைந்து கத்தினால் அவ்வூரில் இருக்கும் அவ்வளவு கண்ணாடிகளும் நொறுங்கிப் போகின்றனவாம். இன்னும் அதன் பிரதாபங்கள் பலவாம். அவைகளெல்லாம் இந்தச் சந்தர்ப்பத்துக்கு வேண்டியதில்லை.

"முக்கியமாக, ஆல்பாவைச் சிருஷ்டி செய்தாரே அவர் அந்தச் சிருஷ்டியை முடித்த தினத்திலிருந்து வெளியே செல்லுவதை நிறுத்திவிட்டார். தம் பிள்ளையின் பேரில் - அதாவது ஆல்பாவின் மீது அவருக்குக் கங்கு கரையில்லாத மோகம். மற்றொரு பக்கத்தில் பெரிய திகில். 'தட்டுக்கெட்டு நான் வெளியே போகும் வேளையில் வீடு கூட்டியோ வேறு யாராவதோ வந்து எக்கச்சக்கமாக வாய் திறந்து பேசிவிட்டால் ஆல்பாவின் இரும்புக் கைகளுக்கு இரையாவார்களே. அதைத் தடுப்பதற்கு நான் இனி வெளியே போவதில்லை' என்று உறுதிகொண்டாராம். ஆல்பாவின் சிருஷ்டி கர்த்தர் ஆல்பாவின் அடிமையானார். இவ்வெண்ணங்களை அனுசரித்துத்தான் சாப்பாடு, தூக்கம். இச்சமயங்களைத் தவிரப் பாக்கி நேரங்களில் ஆல்பாவை மே என்பவர் பிரியாமல் இருந்தார். இதைப் பாராவென்றும் சொல்லலாம்; கடுங்காவல் தண்டனையென்றும் சொல்லலாம்."

"அடவியார்வாள், இதெல்லாம் இரண்டு மாதத்துக்கு முந்திய சமாசாரம். அப்போது பேப்பர்களிலெல்லாம் ஆல்பாவின்

பேச்சுத்தான். மே என்பவரைப் பற்றிய முழக்கந்தான். ஆல்பாவின் படமும் வந்திருந்தது."

"பிறகு கொஞ்ச நாள் வரையில் இவர்களைப் பற்றி ஒரு பிரஸ்தாபமும் காணோம். எனக்கு மாத்திரம் இது விஷயம் படித்தது முதல்கொண்டு மனத்தில் அகாரணமான பயம். நான் என்ன மெடல் வாங்கியிருந்தால் என்ன ஐயா? பயம் பயந்தான். நீங்கள் கேட்பீர்கள்: ஆல்பா சீமையிலிருந்தால் இந்தியாவில் உனக்கு என்னவென்று, அதுதான் எனக்கும் புரியவில்லை. பொறுங்கள், இப்போது ஒன்று தோன்றுகிறது. சீமை, இந்தியா, ஆல்பா இவ்வளவும் என் மூளைக்குள் பதிந்துகிடக்கும் எண்ணங்கள்தாமே, உருவுகள் தாமே. அதனால் சீமை ஆல்பாவைப் பற்றி.... அது போகட்டும். பிறகு விசாரிப்போம் அந்தத் தத்துவத்தை.''

“போன மாதத்தில் பேப்பர்களில் பார்த்திருப்பீர்களே, ஆல்பாவின் கோபமென்று கொட்டை எழுத்துக்களில் எழுதி யிருந்ததை; இல்லையா? சரி. நான் அதைப் பார்த்தவுடன் என் ரக்தாசயம் சட்டென்று ஒரு நொடி நின்றுவிட்டது. மெய்பதற வாசித்துப் பார்த்தேன். எச்.மே என்ற விநோத ஸயன்ஸ் நிபுணர் ஆல்பாவிடம் ஏதோ பொழுது போக்குக்காக வார்த்தையாடிக் கொண்டிருந்த காலத்தில், திடீரென்று தம் குரல் கரகரப்படைந்ததன் பயனாக ஸ்தாயி வித்தியாசம் ஏற்பட்டு, அந்த வித்தியாசத்தை ஆல்பா உணரும் முன்னமேயே எட்டி ஓட முயற்சி செய்தும், அது பயன்படாமல், தென்னமரம் சாய்வதைப் போல், ஆல்பாவின் வலதுகை முதலாளியின் முன்கையில் விழுந்து, எலும்புகளை ஒடித்துவிட்டதென்றும், மே ஆஸ்பத்திரியில் இருப்பதாகவும் படித்தேன். அடவியார்வாள், பயத்தின் காரணம் அப்போதுதான் தெரிந்தது. உயிருக்கு ஒரு சூஷ்ம உணர்ச்சி உண்டு. அதைத் தர்க்கத்தினாலாவது புத்தியினாலாவது சட்டங்களினாலாவது ஆராய்ச்சியினாலாவது நிச்சயிக்க முடியாது. எறும்புகள் மழை வருவதற்கு முதல் நாளிலேயே முட்டைகளை எடுத்துக்கொண்டு நல்ல இடங்களைத் தேடிப்

போவதைப் பார்த்திருக்கிறீரா? இந்த உணர்ச்சியின் காரியந்தான் அது."

"பேப்பரைப் படித்தேனென்று சொன்னேன். கணக்காய்ச் சொன்னால் அந்தப் பக்கத்தை இல்லை, அந்த இடத்தை மட்டும் படித்தேன் என்று சொல்ல வேண்டும். பாக்கியைப் படிக்க மனம் இடம் கொடுக்கவில்லை; ஒரே குழப்பம் உண்டாயிற்று. இருப்புக் கொள்ளவில்லை. மேல்நாட்டு நிபுணர்கள், கொலைக் கருவிகள், விஷக் காற்றுக்கள், பொழுதுபோக்கு விமானங்கள், ஆல்பாக்கள் இவைகளைச் செய்வதன் தாத்பர்யத்தைப் பற்றி யோசித்தேன். எனக்கு அவைகளில் வெறுப்பு அதிகப்பட்டது. ஜனங்களுக்கு அவைகளினால் என்ன சௌகரியம்?கடவுளுடன் மேற்படி நிபுணர்கள் போட்டி போடுகிறார்களாம்; வென்று விடுவதாகக் கங்கணம் கட்டிக்கொண் டிருக்கிறார்களாம். செய்யட்டும், அந்தக் கட்சியைப் பற்றிப் பேசினால் வளரும்."

"அது மற்றொரு நாள் ஆகட்டுமே" என்றார் அடவியார்.

"ஆகட்டுமே" என்று சொல்லிவிட்டு ராயர் மேலே சொன்னார்: "நான் சொன்னது போல, அடவியார்வாள், அன்று முழுவதும் ஒரே கலக்கம். பிராமணர்கள் பயந்தவர்கள், சோதாக்கள் என்று ஓர் அபிப்பிராயம் உண்டு. நான் குழம்பியதற்கு அது காரணமல்ல. ஆல்பாவின் குணத்தைப் பற்றி எண்ணின போதெல்லாம் பல பல எண்ணங்கள் உதித்தன. மே என்பவர் மேல் அடங்காத அநுதாபம். கடாவை வளர்ப்பானேன்; அது மார்பில் பாயும்படி விடுவானேன்? இதெல்லாம் சனியனை வலுவில் கல்யாணம் பண்ணிக் கொண்டது போலத்தானே? இப்படி நினைத்துக் கொண்டு அன்று மத்தியான்னம் நாற்காலியில் சாய்ந்திருந்தேன். வழக்கமில்லாத வழக்கம் செய்தால் இப்படித் தான். ஏதாவது பத்து நிமிஷம் இருந்திருக்கும். பிறகு கண்ணுக்கு முன்னே ஒரு தினசரியில் பெரிய எழுத்துக்களில் எழுதியிருந்தது."

ஆச்சரியமான கொலை

நுங்கம்பாக்கத்தில் டாக்டர் சேதுராவ் என்பவர் வீட்டில் வீடு கூட்டும் பாப்பாயி கோரமாகக் கொலை செய்யப்பட்டாள். ஏதோ இரும்பு சம்பந்தமான கருவிகளால் தாக்கப்பட்டதாக ஊகிக்கப் படுகிறது. கொலையின் காரணம் தெரியவில்லை.

"இந்தச் சமாசாரத்தைப் பார்த்த வியப்பு முடிவதற்குள் கேளுங்கள்! ஒரு ஜெயில் தென்பட்டது. கீழெல்லாம் ஈச்சம்பாய் விரித்திருந்தது. சுவரெல்லாம் மூட்டைப் பூச்சி. நான் உள்ளிருந்த படியே வெளியே உலாத்திய பாராக்காரரை, 'எதற்காக ஐயா என்னை அக்கிரமமாக ஜெயிலில் அடைத்திருக்கிறீர்கள்?' என்று கேட்டேன். பாராக்காரர் சொன்னார்: 'உங்கள் வீடுகூட்டி கொலையுண்ட சம்பந்தமாக நீர் கைது செய்யப்பட்டிருக்கிறீர்.' 'ஆமாம், எனக்கு என்ன சம்பந்தம் அதில்?' என்று வேகத்துடன் கேட்டதற்குப் பாராக்காரர், 'ஸெஷன்ஸ் கோர்ட்டில் ருஜுப்படுத்தும் ஐயா; இங்கே விடைக்காதே' என்று நாசுக்காகப் பதில் கொடுத்தார். பாராக்காரருடன் நடந்த இந்தச் சல்லாபத்துக்குப் பிறகு தலையெழுத்தை நினைத்துக் கொண்டேன். அட பாவமே!"

"அடுத்த பகுதி; தஞ்சாவூர் ஸெஷன்ஸ் கோர்ட்டு."

"குறுக்கிடுவதை மன்னிக்கவேண்டும், டாக்டர்வாள்! நுங்கம்பாக்கத்தில் கொலை என்று சொல்லித் தஞ்சாவூர் செஷன்ஸ் கோர்ட்டென்றால் கொஞ்சம் நாகபட்டணம் சம்பந்தம் இருப்பது போல் இருக்கிறதே'' என்றார் அடவியார்.

"கொஞ்சம் பொறுக்கவேணும், எல்லாம் விளங்கும்'' என்று சேதுராவ் மறுபடியும் சொன்னார்.

"தஞ்சாவூர் செஷன்ஸ் கோர்ட் என்றேன் அல்லவா? கூட்டம் தாங்கவில்லை. குற்றவாளிக் கூட்டில் நான் நின்று கொண்டிருந்தேன். அடவியார்வாள், ஆச்சரியப்படக் கூடாது, நான் சொல்வதைக் கேட்டு, எனக்கு வக்கீல் இல்லை. ஜட்ஜ் என்னைக் கேட்டார். 'டாக்டர்வாள், வாதி தரப்புச் சாட்சிகள்

சொல்லியதைக் கேட்டீர்களா? கொலைக் குற்றத்துக்குப் பதில் என்ன? குற்றவாளியா, அல்லவா?"

"நான், 'குற்றவாளியல்ல' என்று சொல்லிவிட்டு எழுத்து மூலமாக ஒரு ஸ்டேட்மென்டை நீட்டினேன். அதில் சொல்லியிருந்த விஷயம்:"

வீடுகூட்டி பாப்பாயி கொலையுண்டதில் எனக்கு யாதொரு வித சம்பந்தமும் இல்லை. நான் ஒரு மாதத்துக்கு முந்தி ஐரோப்பிய ஸயன்ஸ் காங்கிரசுக்குப் போய்ச் சில வைதிக ஸயன்ஸ் கொள்கைகளை ஸயன்ஸிலும் வைதிகம் உண்டு - பலமாகக் கண்டித்தும், அஹிம்சா தர்மத்தை அநுசரித்து ஸயன்ஸை விளக்கியும் மூன்று லெக்சர்கள் செய்ததில் கொஞ்சம் கட்சியும் அபிப்பிராய பேதமும் ஏற்பட்டதில், உடனே பம்பாய் திரும்பி வந்துவிட்டேன். பம்பாயிலிருந்து திரும்பிச் சென்னபட்டினம் வந்த அரைமணி நேரத்துக்குள் நான் கைது செய்யப்பட்டேன். ஸயன்ஸ் காங்கிரஸில், ஆல்பாவின் சிருஷ்டி மிகவும் விநோதமான தென்று ஸ்தோத்திரம் செய்துவிட்டு, பிறகு அதே மூச்சில் மிகுந்த வணக்கத்துடனும் முழு உணர்வுடனும் ஆல்பா மாதிரி விஞ்ஞானிகள் சிருஷ்டி செய்வது அர்த்தமில்லாததென்றும், அபாயகரமானதென்றும், அதைச் செய்தவரைக் கொண்டே ஆல்பாவை அழிக்கும்படி உ உத்தரவிட வேண்டுமென்றும், அந்த யுக்தியை இதரர்களுக்குத் தெரிவிக்காமல் இருக்கும்படி மேற்படி யாரிடம் கடவுள் சாட்சியாக வாக்குறுதியும் வாங்க வேண்டு மென்றும் பேசினேன். இந்த அபிப்பிராயம் மேல்நாட்டுக்குப் பிடிக்கவில்லை; ஆல்பாவை ஆக்கியவருக்கு வேப்பெண்ணையாக இருந்தது. கூட்டத்தில் குழப்பம் ஏற்பட்டது. சற்று அமைதி ஏற்பட்ட பிறகு மேற்படி மே என்பவர் எழுந்திருந்து என்னைப் போல் பேசுகிறவர்கள் இயற்கையால் அருளப்பட்ட சிருஷ்டி சக்தியை கற்பனாயுக்தியை - உபயோகித்து மாசு படியாமல் வைத்திருக்கச் சக்தியற்ற பேடிகளென்றும், ஸயன்ஸின் வெற்றிகளைப் பழிப்பவர் மானிட வகுப்பின் எமன்களென்றும், அவர்களை ஒழிப்பதும் இகழ்வதும்

விஞ்ஞானிகளின் முதல் வேலையாக வைத்துக்கொள்ள வேண்டுமென்றும் ஆரவாரத்துடன் பேசிச் சண்டை இட்டார்.

அவர் பேச்சு பெருத்த கரகோஷத்தை எழுப்பிற்று. எனக்கு மனம் உடைந்துவிட்டது. அடுத்த நாளே நான் இந்தியாவுக்குத் திரும்பிப் பிரயாணமானேன். இந்தக் கொலைக்கும் ஸயன்ஸ் காங்கிரஸில் ஏற்பட்ட பேச்சுக்கும் சம்பந்தம் இருக்கிறதென ஊகிக்கிறேன். வீடு கூட்டி பாப்பாயி நுங்கம்பாக்கத்தில் என் பங்களாவில் ஆல்பாவினால் அடிபட்டுக் கொலையுண்டாள் என்பது என்னுடைய நிச்சயமான கொள்கை. கேவலம் வீடு கூட்டியைக் கிழவியை கொல்வதில் எனக்கென்ன பயன்? யோசித்துப் பாருங்கள். தவிரப் போலீசாரால் என்னிடமிருந்து வாங்கி இப்போது தாக்கல் செய்யப்பட்டிருக்கும் பட்டங்களும் மெடல்களும் என் கல்வித் திறமையைக் காட்டும். இத்துடன் என்னால் தாக்கல் செய்யப்படும் அத்தாட்சிகள் இங்கிலாந்து, ஜர்மனி, வங்காளம், இவ்விடங்களிலிருந்து - என் உயர் குணத்தையும் உயர் நோக்கத்தையும் காண்பிக்கும்.

இன்னொரு விஷயம் முக்கியமானது. கோர்ட்டார் அவர்கள், பப்ளிக் பிராஸிகியூட்டர், போலீசார் ஆகிய எல்லோரும் என்னுடன் நுங்கம்பாக்கத்துக்குக் கிளம்பி வந்து ஸ்தலத்தைப் பார்வையிட்டால் சந்தேகம் தெளிந்துவிடும். எனக்கு வேறு சாட்சிகள் இல்லை. அப்படிச் செய்ய முடியாவிட்டால் எனக்கு மரண தண்டனை நிச்சயம். இவ்வளவுதான்.

அடவியார்வாள்! என் ஸ்டேட்மெண்டு முடிந்தது. ஊசி விழுந்தால் கேட்கக்கூடிய அந்த நிசப்தம் உடனே கலைந்தது. மறுபடி, 'உஸ் பேசாதே' என்றான் கோர்ட்டு டபேதார். பப்ளிக் பிராஸிகியூட்டர் எழுந்திருந்து, தம் கவுன்களில் உள்ள வாலைப் பிடித்துக்கொண்டு வெண்ணெய் போன்ற குரலில் சொன்னார்.

"குற்றவாளியின் கடைசி விண்ணப்பம் நிறைவேற்றக் கூடியதல்ல. எந்தத் தேசத்துச் சட்டமும் அதற்கு இடம்

தரவில்லை. அது நாவல்களில் பொருத்தமாக இருக்கலாம். இந்தியன் பீனல் கோடிலாவது கிரிமினல் சட்டத்திலாவது அதற்கு இடமில்லை. அந்தக் கோரிக்கை கோர்ட்டை அவமதிப்பாக இருக்கிறதேயன்றி வேறல்ல. ஆகவே கோர்ட்டார் அவர்கள் ஜட்ஜ்மெண்டுக்கு முந்தி ஜூரர்களுக்குச் சொல்ல வேண்டியதைத் தயவு செய்து சொல்லும் படி பிரார்த்திக்கிறேன்."

கோர்ட்டார் அவர்களுக்கு ஒன்றும் புரியவில்லை. நான் மறுபடியும் சொன்னேன். "10,000 குற்றவாளி தப்புவதாயிருந்தால் கூட நிரபராதியான ஒருவன் நோகக் கூடாதென்பது கிரிமினல் சட்டத்தின் அஸ்திவாரமென்று கோர்ட்டார் அவர்களுக்கு நான் ஞாபகப்படுத்த வேண்டியதில்லை. பிராஸிகியூட்டர்வாள் சொல்வதில் பொருளில்லை."

ஜட்ஜுக்கு என்ன தோன்றிற்றோ என்னவோ? இரவே யாவரும் சென்னைக்குப் புறப்படுவோம் என்று உத்தரவு போட்டார்.

அடுத்த நாள் காலை எழும்பூர் ஸ்டேஷனை அடைந்தோம். பிளாட்பாரத்திலெல்லாம், வண்டிகளின் மேல் எல்லாம், 'நுங்கம் பாக்கத்துக்கு ஜனங்கள் எக்காரணத்தைக் கொண்டும் போகக்கூடா தென்று' எச்சரிக்கை செய்யப்பட்டிருக்கிறார்கள். 'போனால் அபாயம் போலீஸ் கமிஷனர்' என்று பெரிய பெரிய தாள்களில் அச்சடித்து ஒட்டப்பட்டிருந்தது.

என்னைத் தவிர மற்ற எல்லோருக்கும் திகில். அவ்வளவு பேருக்கும், முகம் புதுக் கடுதாசுபோல் ஆய்விட்டது. நான் பக்கத்திலிருந்தவனை, 'என்ன விசேஷம் நுங்கம்பாக்கத்தில்?' என்று வினவியதற்கு அவன், 'அங்கே ஏதோ ஜடாமுனி போல் -மன்னார்சாமி போல் தெருவில் ஒன்று நின்று கொண் டிருக்கிறதாம்; ஜனங்கள் பயந்து ஜார்ஜ் டவுனுக்குச் சென்றுவிட்டார்களாம்; பட்டணத்தையே அழிக்க வந்த புது எமன்!' என்று சொல்லி முடித்தான்.

பப்ளிக் பிராஸிகியூட்டர் ஜட்ஜினிடத்தில், 'எனக்கு வேலை போனாலும் போகட்டும், ஊருக்குத் திரும்பிப் போகப் போகிறேன்' என்று சொன்னது என் காதில் விழுந்தது. மற்றவர்களும் அப்படியே சொன்னார்கள். நான் அமைதியுடன், 'கோர்ட்டார் அவர்களே! நண்பர்களே! நான் ஊகித்த விஷயம் சரியாகப் போய் விட்ட தென்பது இங்கேயே உங்களுக்குத் தெரிந்திருக்கலாம். அப்படிக்கில்லாவிட்டால் நுங்கம்பாக்கத்துக்கே போவோம். உங்களுக்கு யாதொரு தீங்கும் வராமல் பார்த்துக் கொள்ளுகிறேன்' என்று தைரியமூட்டினேன்.

பிறகு நுங்கம்பாக்கத்துக்குச் சென்றோம். தெருக்களெல்லாம் வெறிச்சென்றிருந்தன. அப்போதுதான் பிளேக் வந்தால் தெருக்கள் எந்த நிலைமையில் இருக்குமெனத் தெரிந்தது. சுடுகாட்டில் கூடக் கொஞ்சம் கலகலப்பு உண்டு. நுங்கம்பாக்கத்திலோ அன்று நடுக்குறும் தனிமை. என் பங்களாவுக்குப் போய்ச் சேரும் குறுக்குச் சந்து வந்ததும் ஜட்ஜ் கொஞ்சம் தயங்கினார். "பரவாயில்லை, வாருங்கள், நான் இருக்கிறேன். ஒரு வார்த்தை மாத்திரம் ஞாபகம் இருக்கட்டும். ஆல்பா இருக்கும் இடத்தில் தயவு செய்து மௌனம் சாதியுங்கள், ஜாக்கிரதை" என்றேன்.

சந்து திரும்பினோம். அந்த இடத்திலிருந்து பங்களா நாற்பது அடி இருக்கும். பங்களாவின் வாசலுக்கு எதிர்த்தாற் போல் தெருவில் ஆல்பா கைகாட்டி மரம்போல் ஒரு கையையும் இடுப்பில் மற்றொரு கையையும் வைத்துக் கொண்டு நின்றது. எனக்குப் பின்னால் வந்த பிராஸிகியூட்டர் ஆல்பாவைக் கண்ணுற்றதுதான் தாமதம், 'ஐயையோ!' என்று கத்திக்கொண்டு கீழே விழுந்து மூர்ச்சையானார். சப்தத்தைக் கேட்டு ஆல்பா எங்களை நோக்கி வந்தது, வெகு வேகமாகவும் பயங்கரமாகவும், ஜட்ஜ் ஓட்டம் பிடித்தார்.

எனக்கு ஆல்பாவின் பாஷையும் சூட்சுமமும் தெரியுமென்று ஏற்கனவே சொல்லியிருக்கிறேன்.

"அன்பார்ந்த ஆல்பா! காலைவந்தனம்'' என்று குளிரச் சொன்னேன். ஆல்பா சிரித்துக்கொண்டே, "சௌக்கியமா?'' என்று குசலப்பிரச்னம் பண்ணியது.

'உட்காரு' என்றேன்.

நான் இல்லாவிட்டால் பிராஸிகியூட்டரும் பாப்பாயி கோஷ்டியைச் சேர்ந்திருப்பார்.

இதற்குள் ஓடிப்போன ஜட்ஜ் வகையறாக்கள் புதுக் குரலைக் கேட்டதும் மெதுவாகத் திரும்பி வந்தார்கள். எதிரும் புதிருமாக நானும் ஆல்பாவும் சம்பாஷிப்பதைப் பார்த்து எல்லோரும் மூக்கில் விரலை வைத்தார்கள். எல்லாருக்கும் பயம் தெளிந்து விட்டது. பிறகு எனக்கும் ஆல்பாவுக்கும் நடந்த பேச்சை ஒரு குறுக்கெழுத்துப் பேர்வழி ஷார்ட்ஹாண்டு ரைட்டர் - எழுதிக் கொண்டார்.

அதாவது:

நான்: ஆல்பா! நீ எனக்குத் தெரியாமலும் என் உத்தர வில்லாமலும் என் பங்களாவில் புகுந்ததைப் பற்றி மிகவும் வருத்தமாக இருக்கிறது.

ஆல்பா: டாக்டரே! என் சிருஷ்டிகர்த்தரை ஸயன்ஸ் காங்கிரஸில் பொதுமக்களுக்கு முன்பு நீர் ஏசியதை அவர் மறக்க வில்லை. உமக்குத் தகுந்த சிக்ஷை விதிக்கும் படி என்னைத் தூண்டி அனுப்பினார். அவ்வுத்தரவைச் சிரமேற்கொண்டு உம்முடைய பங்களாவை அடைந்து ஹாலில் அமர்ந்திருந்தேன்.

நான்: சும்மா இருந்திருக்கக்கூடாதா? பாப்பாயி - கேவலம் வீடு கூட்டி - அவளை ஹிம்ஸை செய்வானேன்? என்னைச்

சிக்ஷை செய்தால் அர்த்தம் உண்டு. ஆல்பா, உனக்குப் புத்தி இல்லையா?

ஆல்பா: ஆம், எனக்குப் புத்தி இல்லைதான். ஆனால் நான் செய்யக்கூடியது அப்போது வேறு ஒன்றுமே இல்லாமல் போய் விட்டது. எனக்கும் இது விஷயத்தில் மனத்தில் புண்தான். வீடு கூட்டி ஹாலில் வந்து என்னைப் பார்த்ததும், 'ஐயோ! பூதம்' என்றாள். அந்தச் சப்தத்தின் அலை என்னை எவ்விடத்தில் தாக்குமென்று உமக்குத் தெரியும். சப்தம் என் பேரில் பட்டால் ஸ்வாதீனமற்றவன் ஆவேன் என்றும் உமக்குத் தெரியும். அந்தச் சப்தம் கேட்டதுதான் தாமதம். என் கால் ஓர் அடி எடுத்து வைத்தது. என் கை பாப்பாயிக்கு இரண்டு அடி கொடுத்தது. அவள், 'ஹோ, கொலை' என்று அலறி விழுந்தாள். இதுதான் கதை.

நான்: "ஆல்பா! ரொம்ப நன்றாயிருக்கிறது, உன் காரியமும் யோக்கியதையும், திரும்பிப்போ பங்களாவுக்கு" என்று சொல்லிப் பிடரியிலிருந்த ஒரு திருகாணியைத் திருப்பிவிட்டேன். சாயங்காலத்தில் மேய்ச்சலிலிருந்து திரும்பி மாடு நமது வீட்டுக்குள் நுழைவதுபோல் ஆல்பா என் பங்களாவுக்குள் நுழைந்தது. ஒருவரும் வாய் திறக்கவில்லை.

'கோர்ட்டார் அவர்களே! இனி என்னை விடுவிக்க வேண்டியது தானே' என்றேன். அப்போது ஜட்ஜின் முகம் மிகவும் குரூரம் கொண்டிருந்தது. பதிலாக, 'டாக்டர் வாள்!' நடுத்தெருவில் நீர் குற்றவாளி அல்லவென்று இட்லியில் உத்தரவு எழுதிக் கொடுக்க முடியாது. தஞ்சாவூருக்குப் போய்ப் பாக்கி விசாரணைக்குப் பிறகு தான் தெரியும்' என்று எரிந்து விழுந்தார்.

"அடவியார்வாள், சுவாரஸ்யப்படவில்லையா? என்ன கொட்டாவி விடுகிறீர்கள்?"

"இல்லை ராயர்வாள். பாக்கி நடக்கட்டும்."

மறுபடி தஞ்சாவூருக்கு வந்தோம். மறுபடியும் ஸெஷன்ஸ் கோர்ட்டில் விசாரணை. விடுதலை என்று ஒரே வார்த்தை தானே; விசாரணைக்கு என்ன இருக்கிறதென்று கேட்பீர்கள். அதுதான் வேடிக்கை! என்னை மறுபடியும் ஸ்டேட்மென்டு கொடுக்கும்படி ஜட்ஜ் உத்தரவிட்டார். நுங்கம்பாக்கத்தில் நடந்ததையெல்லாம் எழுதிக்கொடுத்தேன். விசாரணை முடிந்தது. ஜட்ஜ் ஜூரர்களுக்குச் சொல்ல வேண்டியதை நீட்டி முழக்கிச் சொல்லாமல் சுருக்கமாக முடித்தார்.

“நீங்கள் சாட்சியத்தையெல்லாம் கேட்டீர்கள். நுங்கம்பாக்கத்தில் நடந்ததையும் பார்த்தீர்கள். இனிச் சந்தேகத்துக்கு இடமென்ன? டாக்டர் என்று மலைக்காதீர்கள். இவர் பெரிய பேர்வழி, நுங்கம்பாக்கத்தில் நாம் பார்த்ததெல்லாம் ஹிப்னாடிஸம்; தெருவில் மாஞ்செடி முளைக்கச் செய்வதைப் போன்ற கட்டுக் கதை. ஆகவே டாக்டர் சேதுராவைப் போன்ற மந்திரவாதிகளையும் யந்திரவாதிகளையும் விஞ்ஞானிகளையும் உலகில் சுயேச்சையாக விட்டிருப்பது, பாம்பை இடுப்பில் கட்டிக்கொண்டது போலாகும். ஸயன்சுக்குப் பாப்பாயி பலியிடப் பட்டிருக்கிறாள். இனி ஆலோசியுங்கள்”

அதுவரையில் நான் குற்றவாளிக் கூட்டில் எனக்கு என்ன பயமென்று அலட்சியமாக நின்றுகொண்டிருந்தேன். இந்த வார்த்தைகளைக் கேட்டதும் வெடிகுண்டு விழுந்தது போல் திடுக்கிட்டேன். இருந்தாலும் விசை ஜூரர்களிடமல்லவா இருக்கிறதென்று கொஞ்சம் மனத்தைத் தட்டிக்கொடுத்துப் பார்த்தேன். தேறுதலடையும் வழியைக் காணவில்லை. அதற்குள் ஜூரர்கள் உள்ளேயிருந்து வந்து நாற்காலிகளில் அமர்ந்தார்கள். கோர்ட்டார் அவர்கள், ‘ஜூரர்களே! குற்றவாளியா அல்லவா?’ என்று கேட்டார்."

‘குற்றவாளிதான்’ என்று பதில் வந்தது.

‘ஏகோபித்த அபிப்பிராயமா அல்லது....’

'ஏகோபித்த அபிப்பிராயந்தான்.'

என் காதில் விழுந்த வார்த்தைகளை நம்பக் கூடவில்லை. கழுத்தை நீட்டிக் காதை வளைத்துப் பார்த்தேன். 'நீர் பாப்பாயியைக் கொலை செய்ததாகக் கண்டுபிடிக்கப் பட்டிருக்கிறது. ஆனால் ஸயன்ஸின் மீதுள்ள மோகத்தால், மூட மோகத்தால் - அன்புக் கண்ணை இழந்து, ஒரே எண்ணத்தின் வலைக்குள் சிக்கித் தடுமாற்றமடைந்த காலத்தில், ஆல்பாவின் மூலமாய் வேண்டு மென்றல்ல, ஆராய்ச்சித் தோரணையில் இக்கொலை செய்திருப்பதால் உமக்குத் தீவாந்தர தண்டனை என்ற சிறிய சிக்ஷை விதிக்கப்பட்டிருக்கிறது. அந்தமான் தீவுக்கு மாற்றல்' என்று ஜட்ஜ் முடித்தார். எனக்கு அப்பொழுது மூச்சில்லை; மார்பு அடிக்கக் காணவில்லை. கால் மரத்திருந்தது....

"மறுபடி அந்தமான், அந்தமான் என்ற கூக்குரல். அந்தமானா என்று கண்விழித்துப் பார்த்தேன். அடவியார் வாள்! ஆல்பா, ஸெஷன்ஸ் கோர்ட்டு, குற்றவாளி ஒன்றையும் காணவில்லை. நான் எனது பழைய நாற்காலியிலேயே தான் சாய்ந்த வண்ணம் இருந்தேன். காலின்மீது சாயங்காலத்துத் தங்க வெயில் அடித்துக்கொண்டிருந்தது. வாசலில் என் சம்சாரம் நவராத்திரிக் கொலுச் சாமான் வாங்கிக்கொண்டிருந்தாள். என் பேரன் கிட்டு அந்தமான் அந்தமானென்று ஒரு பொம்மைக்குப் பிடிவாதம் செய்து கொண்டிருந்தான். அப்போதுதான் இவ்வளவும். இது பற்றித்தான் பெரியவர்கள் மத்தியான்னத்தில் தூங்காதே என்று சொல்லுகிறார்கள் போலும்!"

"அடவியார்வாள், இதுதான் மசோதா பிறந்ததற்குக் காரணம் " என்று நிறுத்தினார் சேதுராவ்.

"அதெல்லாம் சரிதான் டாக்டர்வாள். கயிறு திரிப்பது உங்கள் தொழில் அல்லவே; இதையெல்லாம் கவனித்தால் கொஞ்சம் அசம்பாவிதமாக...."

"அப்படித்தான் ஐயா இருக்கும். பகல் கனவு கால வரம்பு, நடைவரம்பு, இடவரம்பு இவைகளுக்கு உட்பட வில்லை

என்பது உங்களுக்குத் தெரியாதா? தள்ளும் கதையை. மசோதாவை எடும்; பரிசீலனை செய்வோம்" என்றார் டாக்டர் சேதுராவ்.

நூற்றெட்டுத் தேங்காய்

அண்டா நீரில் விழுந்த எலியைப் போல் தத்தளித்துக் கொண்டிருந்தது கிருஷ்ணன் மனசு. வயசோ இருபது. மூன்றாவது பாரத்தில் வருஷாந்தப் பரீக்ஷைக்கு மூன்றாவது தடவையாக உட்கார்ந்து எழுதியாகிவிட்டது. அந்தக் கணக்குத் தாளே அப்படித்தான்!

ஒவ்வொரு வருஷமும் இந்தத் திண்டாட்டந்தான். அப்படி யேனும் படிப்பானேன் என்றால் அவன் விருப்பப்படி நடந்தால் தானே? அவன் படிக்காமல் நின்றுவிடுவதில் பெற்றோருக்கு இஷ்டமே இல்லை. பரீக்ஷயில் எத்தனை தரம் தேறா விட்டாலும் முழுகிப் போவதென்ன? பணக்கார வீட்டுப் பிள்ளைக்குப் படிப்பு வராது என்ற வாதத்தை அபவாதத்தைப் - பொய்யாக்கிவிட வேண்டுமென்ற ஒரே பிடிவாதம்.

கிருஷ்ணன் முதல் பாரத்தில் சேர்ந்தபோது வயசு பதினான்கு. அவன் பேரில் வஞ்சனை இல்லை. தாயின் சொல்லுக்கு அடங்கி மிகவும் ஒழுங்காகப் பாடம் படிப்பான். படுக்கைத் தலை மாட்டில் புஸ்தகம், ஹரிகேன் விளக்கு, நெருப்புப் பெட்டி இவைகள் இல்லாமல் தூங்கவே மாட்டான். அதிகாலையில் எழுந்து பக்கத்துத் தெருக்கள் கிடுகிடுத்துப் போகும்படி இரைந்து படிப்பான். காலை ஏழு மணிக்குப் பிறகு பட்டை பட்டையாக விபூதியை அணிந்து கொண்டு வாசிப்பான். நிமிஷம் பிசகாமல் பள்ளிக்கூடம் போவான். இருந்தாலும் வாத்தியார் கேள்வி கேட்டால் மட்டும் சரியாகப் பதில் சொல்லத் தெரிவதில்லை.

கிருஷ்ணன் ஒற்றை நாடியாக உயரமாக வளர்ந்தவன். சதைப்பற்றற்ற உடம்பில் எலும்புகள் முண்டும் முடிச்சுமாக அங்கங்கே தெரியும். எழுந்து நின்றால் லேசான கூனல் வேறு. இப்படி வயசும் உருவமும் வளர்ந்த ஒருவன் வகுப்பில் எழுந்து கேட்ட கேள்விக்குப் பதில் சொல்லத் தெரியாமல் விழித்தால், 'நெட்டைப் பனைமரம் நிற்குமாம் போலே போலே' என்று வாத்தியார் கேலி செய்யாமல் என்ன செய்வார்? வாத்தியாரே வழி காட்டினால் மற்றச் சிறு பையன்கள் சும்மா இருப்பார்களா? அழகு, ஏணி, ஒட்டைச் சிவிங்கி, இடையன் பூச்சி என்று பல பெயரிட்டுப் பேசிக் கொண்டார்கள். நாளடைவில் அவன் காதில் விழும்படியே கூப்பிட்டார்கள். அவனுக்குக் கோபமே வருவதில்லை. தனக்குப் படிப்பு வராது என்று அவனுக்கே தெரியும் போது பிறர் அதைச் சொல்லுவதற்காக ஏன் வருந்தவேண்டும்? கொஞ்ச நாள் வரையில் ஓயாமல் புரளி செய்து அலுத்துப் போன பிறகு பையன்களுக்கு ஞானோதயம் ஆகிவிட்டது. இவ்வளவு நல்லவனிடத்தில் விஷமம் செய்யக்கூடாதென்று தங்கள் முறையை மாற்றிக்கொண்டு விட்டார்கள்.

அப்பால் அவனை ஒரு பையன் கூடப் புரளி செய்ததில்லை. முந்திச் செய்த புரளிக்கு நஷ்ட ஈடு செய்வது போலவோ என்னவோ அவனிடம் அபாரமான பரிவை வாரிச் சொரிய ஆரம்பித்தனர்.

முதல் பாரத்தில் நாட்கள் கழிந்தன. பரீக்ஷை வந்தது; பிறகு போயிற்று. ஆனால் அவனை மட்டும் இரண்டாவது பாரத்துக்கு அனுப்ப மறுத்துவிட்டது. இனிமேல் தான் படிக்கப் போவதில்லை என்று தகப்பனாரிடம் சொன்னான்.

"போடா முட்டாள்! ஒரு தடவை தேறாவிட்டால் என்ன? இந்தத் தடவை வாத்தியாரை 'டியூஷன்' வச்சுக்கோ; தேறி விடலாம்'' என்று ஆறுதல் சொன்னார்.

'டியூஷன்' வாத்தியாருக்கு நல்ல சம்பளம் கிடைத்தது. தீபாவளிக்கு இனாம் கிடைத்தது. எனவே பரீக்ஷைக்

கேள்விகள் கூடக் கிருஷ்ணனுக்குத் தெரிந்துவிட்டன. பிறகு அதில் என்ன கஷ்டம்? அந்த வருஷம் அவனுக்குப் பரீக்ஷை தேறிவிட்டது. அவன் தாய் தெருக்கோடிப் பிள்ளையாருக்குப் பத்துத் தேங்காய் உடைத்தாள்.

மூன்றாவது பாரத்துக்கு வந்த பிறகு சிக்கல் திரும்பவும் ஏற்பட்டது. அந்த வகுப்பு வாத்தியார் 'டியூஷன்' சொல்லிக் கொடுக்கும் வழக்கம் இல்லை. வேறு யாரையோ வைத்துக் கொண்டு படித்தான். முதல் வருஷம் தேறவில்லை. தாயும் பிள்ளையாருக்குத் தேங்காய் உடைக்க மறுத்து விட்டாள். இரண்டாவது வருஷம் படித்தான். அப்போதும் தேறவில்லை.

கடைசித் தடவையாக மூன்றாவது வருஷம் படித்தான். பரீக்ஷை நெருங்கிவிட்டது. 'டியூஷன்' வாத்தியாரால் ஒன்றும் கையால் ஆகவில்லை. வகுப்பு வாத்தியாரோ உச்சாணிக் கிளையில் ஒளிந்திருக்கும் செங்கனியைப் போல் அவன் இலக்கிலேயே படவில்லை. இப்படியே போய் விட்டால் மூன்றாவது வருஷமும் தேறாது. நாக்கைப் பிடுங்கிக் கொண்டு செத்துப் போக வேண்டியதுதான். ஆனால் அந்த எல்லைக்குப் போக வேண்டிய வைராக்கியம் அவனுக்கு இல்லை. யோசித்து யோசித்து ஒரு முடிவு கட்டினான். அவன் தாயும் பரீக்ஷை தேறினால் நூற்றெட்டுத் தேங்காய் உடைப்பதாக வேண்டிக் கொண்டாள்.

அவன் முக்கியமாகப் பூஜ்யம் வாங்குவதெல்லாம் இங்கிலீஷிலும் கணக்கிலுந்தான். இந்த இரண்டிலும் தேறி விட்டால் கவலை இல்லை. அதற்கு வழி கண்டு பிடித்தான்.

இங்கிலீஷ் கேள்வித்தாள் தயார் செய்யும் வாத்தியார் மேல் வகுப்பில் இருந்தார். அவருடைய தமக்கை பிள்ளை ஒரு வாண்டுப் பயல். இவன் வகுப்பில் படித்துக்கொண்டிருந்தான். அவனுக்குக் கொடுக்காப்புளிக்காய் என்றால் பைத்தியம். நாள் தவறாமல் அவனுக்குக் கொடுக்காப்புளிக்காய் வாங்கிக் கொடுத்தான். பணக்கார வீட்டுப் பிள்ளைகள் என்றாலே சாதாரணமாகப் பையன்கள் காரணம் இல்லாமலேயே

அவர்களைச் சுற்றிச் சுற்றி வருவார்கள்; கிணற்றில் வளையமிடும் ஆறுகால் பூச்சியைப் போல. தின்பண்டம் வேறு வாங்கிக் கொடுத்தால் கேட்பானேன்? இந்தப் புது உறவின் காரணமாக அந்தப் பையன் தினம் கிருஷ்ணன் வீட்டுக்கு வந்து போய்க்கொண்டிருந்தான். கிருஷ்ணன் தாய் வேறு அந்தப் பையனுக்குப் பக்ஷணங்கள் கொடுப்பாள்.

ஒரு நாள் அணில் போல் கொடுக்காப் புளிக்காயைக் கொறித்துக் கொண்டிருந்தான் பையன்.

"ஏண்டா! உங்கள் அப்பா இங்கிலீஷ் பேப்பர் தயார் செய்துவிட்டாரா?" என்று கேட்டான் கிருஷ்ணன்.

"எனக்குத் தெரியாதே."

"எனக்கு வயசென்ன தெரியுமா?"

"தெரியாதே."

"இருபது வயசு.

"இந்த வருஷமும் எனக்குப் பரீக்ஷை தேறப்போறதில்லை, தெரியுமா?"

"தெரியாது. இருக்கட்டும். ஏன் தேறாது?"

"நான் மக்கு. நீ மனசு வச்சால் தேறுவேன்."

விஷயம் விளங்காமல் பையன் விழித்தான்.

"நீ ஒரு காரியம் செய்யணும்; அப்பாவுக்குப் பொட்டி இருக்கா?"

"இருக்கு."

"அதிலே அவர் இங்கிலீஷ் கேள்வித்தாள் எழுதி வைத்திருப்பார். நான் நாளைக்குச் சாயங்காலம் உங்கள் வீட்டுக்கு வருகிறேன். அதை எடுத்துக் காண்பி; போதும்.

நாளைக்கு ஓர் அணாவுக்குக் கொடுக்காப்புளிக்காய் வாங்கித் தருகிறேன்.''

ஓர் அணாக் கொடுக்காப்புளிக்காய்க்கு எதிராக இது ஒரு குற்றமாகுமா?

மாலை இருட்டுவேளையில், வாத்தியார் வீட்டுக்குப் போய்த் திருட்டுத்தனமாகக் கேள்வித்தாளைப் பார்த்து விட்டு வந்தான் கிருஷ்ணன். பரீக்ஷையில் ஒரு பாதிக்கு மேல் வெற்றி அடைய ஏற்பாடாகி விட்டது.

மற்றொரு பாதி கணக்குப் பரீக்ஷை. கேள்வித்தாளைப் பார்க்கலாமென்று அந்த வாத்தியாருடைய பிள்ளையைக் காபியும் ஹல்வாத் துண்டும் வாங்கிக் கொடுத்து நைச்சியம் பண்ணினான். துரதிருஷ்டவசமாகக் கேள்வித் தாள் அச்சா பீசுக்குப் போய்விட்டது. வேறு வழி? கணக்குப் பரீக்ஷையில் 'கோழிமுட்டை' வாங்கி விட்டுப் பள்ளிக்கூடத்துக்கு ஒரு முழுக்குப் போட்டுவிட வேண்டியதுதானா? கிருஷ்ணன் நம்பிக்கையை இழக்கவில்லை.

பரீக்ஷைகள் வந்தன -கணக்கு உள்பட. எதிர்பார்த்த படியே கணக்குப் பரீக்ஷை சங்கு ஊதிவிட்டது. முடிவாக ஒரு யோசனை தோன்றிற்று. விடை திருத்தும் வாத்தியாரின் பையனை நாடினான். முதலில் எழுதிவைத்த விடைத்தாளுக்குப் பதிலாகச் சரியான விடைத்தாள் எழுதிக் கட்டுடன் சேர்த்துவிட்டால் - ஹூம்! ஜயந்தான்!

பையன்களுக்குப் பரீக்ஷை தேற வேண்டியது லக்ஷக்ஷ்யமே ஒழிய அதில் வெற்றிபெறும் முறை அவ்வளவு பெரிதாகப் படுவதில்லை. அந்த விஷயத்தில் வேண்டிய ஒத்தாசை ஒருவருக் கொருவர் செய்ய வேண்டுமென்பது பையன்களுடைய எழுதாக் கொள்கை. தவிர, குறிப்பிட்ட பையனுக்கோ காசில் ஆசை. ஒரு ரூபாய் லாபம் என்றால் பிறகு கேட்பானேன்?

வாத்தியார் 'டென்னிஸ்' ஆடப் போன சமயம்: அவர் வீட்டுக் ‘காம்ரா’ அறையிலிருந்து வெளியே ஒரு சின்னக் கை நீண்டு வந்தது. வெளியே வந்து நின்ற கிருஷ்ணன் ஒரு தாள் கத்தையை அதில் வைத்துவிட்டான். அவ்வளவுதான்!

அதற்குப் பிறகு கிருஷ்ணன் மனசு அலையவில்லை.

ஆனால், பொதுவாக, அமைதியோ ஆத்திரமோ நீடித்திருப்ப தில்லை. கோடை விடுமுறைக்குப் பள்ளிக்கூடம் சாத்த ஒரு வாரம் இருந்தது. பள்ளிக்கூட நேரத்தில் வராந்தா வழியாகக் கிருஷ்ணன் சுற்றிவந்தபோது திடுக்கிடத் தக்க இரண்டு காட்சிகளைக் கண்டான். தனக்கு உதவி செய்த இரண்டு பையன்களும் வகுப்புக்கு வெளியே ஸ்டூலின் மேல் ஏறி நின்று கொண்டிருந்தார்கள்.

‘ஏன்? நமக்கு உதவி செய்ததன் விளைவா?’ என்ற நினைப்பு அவன் நெஞ்சை அறுத்தது.

பள்ளிக்கூடம் விடுவதற்கு ஐந்து நிமிஷம் முன்னதாகவே வகுப்பை விட்டு நழுவிக் காம்பவுண்டுக்கு வெளியே வந்து நின்று கொண்டான் கிருஷ்ணன்.

பையன்கள் இருவரும் வந்ததும், "ஏண்டா?" என்றான் கிருஷ்ணன்.

"உன்னாலே தாண்டா; எங்க அப்பாவுக்குத் தெரிஞ்சு போச்சு. வீட்டிலே எந்தச் சனியனோ சொல்லித் தொலைச் சுட்டுது. நல்ல வேளையா ஹெட்மாஸ்டரண்டை சொல்லாமே வாத்தியாரண்டை மட்டும் சொன்னா’’ என்று இரட்டை நாயனம் போல் அழுதார்கள்.

கிருஷ்ணன் மனசு துடித்தது. சமாதானம் சொல்வதற்கும் வழி தெரியவில்லை. பேசாமல் வீடு போய்ச் சேர்ந்தான்.

கோடை விடுமுறைக்குப் பிறகு பள்ளிக்கூடம் திறந்தார்கள். கிருஷ்ணன் பரீக்ஷையில் தேறிவிட்டான். மத்தியான்னச்

சாப்பாட்டுக்கு வீட்டுக்கு வந்ததும் தாய் அதிகப் பரபரப்புடன், "என்ன ஆயிற்று?" என்றாள்.

"மேல் வகுப்புக்கு மாற்றிவிட்டார்கள்" என்றான். ஆனால் அவன் சொன்ன மாதிரி அவனுக்கு இருந்த ஆற்ற மாட்டாத் துயரத்தை வெளிப்படுத்திற்று.

ரகசியமாக நடந்த விஷயங்களையெல்லாம் தாய் கண்டாளா? "ஏண்டா! பரீக்ஷை தேறாமல் இருந்தால் தான் உனக்குச் சந்தோஷமா? நம்ம தெருப்பிள்ளையாருக்கு நூற்றெட்டுத் தேங்காய் உடைக்கிறேன் என்று வேண்டிக்கொண்டேன். இல்லாத போனால் தேறுமா? இதிலே வருத்தமா இருக்கு? சாயங்காலமாகத் தேங்காய் உடைக்கணும். அந்த வாத்தியார் வீட்டுப் பையன்களையும் வரச்சொல்லு" என்றாள்.

"ஆகட்டும்" என்று ஆகாயத்தைப் பார்த்துக்கொண்டு அவன் சொன்னான்.

சாயங்காலம் பிள்ளையார் கோயில் சரவிளக்குகள் பளிச்சென்று எரிந்துகொண்டிருந்தன. தாய் ஒவ்வொரு தேங்காயாக உடைத்துக் கொண்டிருந்தாள். கிருஷ்ணன் பக்கத்தில் கையைக் கட்டிக்கொண்டு நின்றாலும் அவன் மனம் பையன்களை நாடிப் போயிருந்தது. அதனால் தானோ என்னவோ எதிரே தெருவில் போன அந்த இரண்டு பையன்கள் கூட அவன் கண்ணில் படவில்லை. பையன்கள் அவனைப் பார்த்தும் பாராதது போல் போனார்கள். கொடுக்காப்புளிக்காயையும் காசையும் காட்டி அவர்களை மயக்காதிருந்தால், பள்ளிக் கூட மத்தியில், அவர்கள் எட்டு மணி நேரம் ஸ்டூலின் மேல் ஏறி நிற்கவேண்டிய அவசியம் ஏற்பட்டிராதல்லவா? வயசான பையன் இப்படி வஞ்சிக்கலாமா? அவன் முகத்தில் விழிக்கலாமா? இந்த மாதிரி நினைப்புடன் அவனைப் பார்த்தும் பாராமல் போனார்கள்.

சிதறிய தேங்காய் மூடியைப் பொறுக்கப் போன கிருஷ்ணனுடைய தாய் அவர்களைப் பார்த்துவிட்டாள்.

"ஏண்டா! அந்தப் பையன்களைக் கூப்பிடவில்லையோ? அதோ போறான்களே.'"

"கூப்பிட்டேன்" என்று பொய் சொன்னான் கிருஷ்ணன்.

"பின்னே, ஏன் வரவில்லை?"

"ஏனோ தெரியவில்லை."

இரவு ஏழு மணிக்குத் தாயும் பிள்ளையும் வீடு திரும்பினார்கள். விபூதிப் பிரசாதத்தைத் தகப்பனாரிடம் கொடுத்த போதே அவர் விஷயத்தைப் புரிந்து கொண்டு விட்டார்.

"நல்ல காலம்! இனிமேல் நாலாவது பாரமா? ஸபாஷ்! ஸைகிள் வாங்கித் தருகிறேன். நல்லாப் படி" என்று அடங்காத சந்தோஷத்தைத் தெரிவித்தார்.

கிருஷ்ணன் ஒரு நிமிஷம் ஆழ்ந்து யோசித்தான். பிறகு அழுத்தந் திருத்தமாக, "நான் வாசிக்கப் போவதில்லை" என்றான்.

"ஏன்?"

"நான் வாசிக்கமாட்டேன். படிப்பு வேண்டாம்."

பெற்றோர்களுக்கு அவனுடைய பிடிவாதம் புரியவில்லை; எப்படிப் புரியும்? ஆனால் இந்தத் தீர்மானத்தைக் கேள்விப்பட்ட பையன்களுக்கு மட்டும் அது புரிந்துவிட்டது.

மந்திர மை

கோடி வீட்டு மாணவன் குமாரகிருஷ்ணன் இறந்து போன விதம் பெரிய புதிராக இருந்தது. இரவு படுக்கையில் படுத்தவன் காலை வெகு நேரமாகியும் மாடியிலிருந்து இறங்கிக் கீழே வரவில்லை. தாயார் மாடி அறைக்குப் போய்ப் பார்த்தாள். கதவு சாத்தியபடியே இருந்தது. லொட் லொட்டென்று இரண்டு மூன்று தடவை தட்டினாள். பதில் இல்லை. பெயர் சொல்லி இரண்டு மூன்று முறை கூப்பிட்டாள். அப்போதும் பதில் இல்லை. தாயாருக்குப் பயம் வந்துவிட்டது. கீழே போய்க் கணவரை அழைத்து வந்தாள். அவர் ஆண்பிள்ளை அல்லவா?

"சினிமாவுக்குப் போகாதே என்றால் போகிறது. பிறகு வந்து மூதேவி மாதிரி தூங்குகிறது" என்று இரைந்து கொண்டே கதவை ஓங்கிக் குத்தினார் அவர். ஊஹூம்! அப்போதும் பதில் இல்லை. தகப்பனாருடைய அதிகார தோரணை இருந்த இடம் தெரியவில்லை. கால் கையெல்லாம் நடுக்கம் எடுத்தது. மெதுவாகக் கீழே போய்க் கடப்பாரை ஒன்றைக் கொணர்ந்து கதவை நெம்பி எடுத்தார்.

குமாரகிருஷ்ணன் குப்புற மெத்தையில் படுத்திருந்தான்! குனிந்து பார்த்தார். மூக்கில் ரத்தம்! தொட்டுப் பார்த்தார். வாழைத் தண்டுபோல் உடம்பு ஜில்லிட்டிருந்தது. வாய் பேசாது மனைவியின் முகத்தைப் பார்த்தார். தாயார் விஷயத்தை உணர்ந்துவிட்டாள்! கண்ணிலிருந்து நீரை ஆறாகப் பெருக்கினாள். அலற ஆரம்பித்தாள். தகப்பனாருக்கு இப்போது வேறு விதமான திகில் பிறந்தது.

உரக்க அலறிவிட்டால் தெருவாசிகள் வந்து கூடி விடப் போகிறார்களே! துர்மரணம் அது, இது - என்று பரதேசித் தபால் கிளம்பி, போலீஸ், கீலீஸ் வந்துவிடப் போகிறதே. மானம் போய்விடுமே என்ற நடுக்கம். கத்தாதே என்று மனைவிக்கு எச்சரிக்கை செய்தார். தாயார் முன்றானையால் வாயை மூடிக்கொண்டு மழைக் காலத்து மேகம்போல் முகம் கனத்துக் கண்ணீர் பொழிந்தாள்.

அதற்குப் பிறகு வெகு சொற்ப நேரத்துக்குள் சவத்தைச் சாதாரணமாக சடங்குகளோடு அப்புறப்படுத்தி விட்டனர்...

இது நடந்து கொஞ்ச நாட்கள் ஆன போதிலும் தெருவில் உள்ளவர்களும் ஊரில் உள்ளவர்களும் இதையே பற்றிப் பேசிக் கொண்டிருந்தார்கள்.

"அந்தப் பையனுக்குப் போன வருஷமே பிடிச்சு மாரடைப்பு வியாதி என்று கேள்வி. அதுதான் திடீரென்று அடிச்சூட்டுது" என்றார் ஒருவர்.

"அதெல்லாம் இல்லை. இவனுக்கும் இவன் தகப்பனாருக்கும் பிடிக்காது. அவன் சின்னப் பையனாக இருக்கிற காலத்திலேயே அவனைப் படாத பாடு படுத்துவார். தகப்பனார் வெறும் பாஷண்டி. பையன் விபூதி, அது இது பூசிக்கொண்டு கர்நாடகமாக இருப்பான். தினம் நூறு ஸ்ரீராம ஜபமாவது எழுதாமல் இருக்கமாட்டான் என்றால் பார்த்துக் கொள்ளேன். என்ன மனஸ்தாபமோ என்னவோ? பையன் பாஷாணத்தைத் தின்றுதான் 'சவாரி'யாகி விட்டான்! இல்லாவிட்டால் பிணத்தை இவர்கள் அவ்வளவு அவசர அவசரமாகக் கொண்டு போக ஏற்பாடு செய்திருக்க வேண்டிய அவசியமே இல்லையே' என்று மறுத்துப் பேசினார் மற்றொருவர்.

அவனுடைய நண்பன் என்ற ஹோதாவில் சில விஷயங்கள் எனக்கு நேரில் தெரியும். அதை வேறு யாருக்கும் இதுவரைக்கும் நான் சொன்னதில்லை.

எத்தனை நாள் தெருவிலே ஜால வித்தைகளைப் பார்த்துக் கொண்டே அவன் காலேஜுக்கு நேரம் கழித்துச் சென்றிருக்கிறான் தெரியுமா? எத்தனை நாள் என்னையும் போகவொட்டாமல் தடுத்திருக்கிறான் தெரியுமா?

"கால் மந்திரம், அரை மந்திரம், முக்கால் மந்திரம், முழு மந்திரம் தெரிஞ்சா உடாதிங்கோ. வித்தை பலிக்காது. வவுத்திலே மண் விழுந்து போகும்... அடி ஜக்கம்மா, பொம்மக்கா, மலையாள பகவதி... வாடீ அரசமரத்து நுனிக்கிளை வழியா" என்று செப்பிடு வித்தைக்காரன் சொல்லிச் சிறிய டப்பாவிலிருந்து மையெடுத்துக் கண்ணுக்கு இட்டுக்கொள்ளும்போதெல்லாம் குமாரகிருஷ்ணனுக்கு மையைப் பெறும் தந்திரத்தை அறிய வேண்டுமென்ற ஆசை எழும்.

சில மாதங்களுக்கு முந்தி ஒரு மாறுதல் அவனிடம் ஏற்பட்டது. தெருவில் நடப்பது எதைக் கண்டாலும் நின்று பாராமல் தன் வழியே போக ஆரம்பித்தான். எனக்கு இது பெரும் வியப்பாக இருந்தது. அவனை நெருக்கிக் கேட்டதும் விஷயம் விளங்கிற்று. ஒரு ஜால வித்தைக்காரனுக்கு நிறைய ரூபாய் கொடுத்து இந்த மை சம்பாதிக்கும் தந்திரத்தை அறிந்து கொண்டு விட்டானாம். அந்த முறையை என்னிடம் காதோடு காதாக அவன் சொன்னதும் நான் சிரித்தேன்.

"இதெல்லாம் பொய் போலத்தான் இப்போது தோணும். மாட்டுப் பொங்கலுக்கு அடுத்த நாள் காலை ஏழு மணிக்கு உண்மை தெரியும்" என்று உண்மையை அறிந்தவன் போல வெகு அடக்கத்தோடு எனக்குப் பதிலுரைத்தான்.

மாட்டுப் பொங்கலன்று அந்திப் பொழுது. தெரு வெங்கும் கூட்டம். மூலைக்கு மூலை சாமந்திப் பூவை விற்றுக்கொண்டு சிறு குட்டிகள் நின்றுகொண்டிருந்தனர். பக்கத்தில் நெட்டி மாலைகளைச் சிறுவர்கள் விற்றுக்கொண்டிருந்தனர். தெருவெங்கும் மஞ்சல் இலையும் இஞ்சி இலையும் கருப்பங் கொழுத்தாடையும் இறைந்து கிடந்தன.

அன்று குமாரகிருஷ்ணன் ஆற்றங்கரைக்கு வெளியே உள்ள அரசமரத்து மேடையில் உட்கார்ந்திருந்தான். எனக்கு இந்த மாட்டுப் பொங்கல் ஞாபகமே இல்லை. ஆனால் இவனை அரசமரத்து மேடையில் கண்டவுடன் முன்னால் சொன்ன விஷயம் ஞாபகம் வந்தது.

"இதெல்லாம் பைத்தியக்காரத்தனம்டா. நீ போக வேண்டாம்'' என்றேன்.

அவன் கேட்டால்தானே! சரி, என்ன தான் ஆகிறது பார்க்கலாம் என்று நானும் உட்கார்ந்துவிட்டேன்.

"மாட்டுப்பொங்கலுக்கு ஆற்றுக்கு மாடுகள் வர இன்னும் நேரம் ஆகவில்லையா?'' என்று நிமிஷத்துக்கு ஒருதரம் என்னைக் கேட்டான். இதோ வந்துவிடும் என்று பதில் சொன்னேன்.

கடைசியாக மணிச் சத்தம் கேட்டது. அது தான் ஆற்றங்கரைக்கு வரும் முதல் மாடு. காளி அம்மன் கோயில் மாடு. நல்ல காராம்பசு. சிவப்பு வெல்வெட்டிலே சதுரமாகத் தைத்து முதுகின் மேல் போடப்பட்டிருந்தது. கழுத்திலே பெரிய வேப்பிலைக் கொத்தில் மறைந்து ஒளியப் பார்க்கும் மணி. கொம்பெல்லாம் சீவி அழகாகப் பொன் வர்ணம் பூசப்பட்டிருந்தது. எல்லா வற்றுக்கும் மகுடம் இட்டதுபோல் மாட்டின் நெற்றியில் திலகம் போல் குங்குமம் இடப்பட்டிருந்தது. மாட்டுக் கழுத்தின் கீழுள்ள சதை இங்கும் அங்கும் அலைய, காதுகள் தழையத் தழையக் காளியம்மன் கோயில் பசு அழகாக வந்துகொண்டிருந்தது.

அருகில் வந்ததும் குமாரகிருஷ்ணன் மாட்டின் பக்கம் பாய்ந்து ஓடினான். அப்போதுதான் அவன் கையில் பச்சை ஓந்தி ஒன்று இருப்பதை நான் பார்த்தேன். இவன் பாய்ந்தவுடன் ஓந்தி சிவப்பாக மாறிவிட்டது. மாட்டின் கொம்பில் ஓந்தியை அடித்ததும் அது நீலமாக மாறிய விந்தையில் நான் லயித்துப் போய் விட்டேன். அதற்குள் குமாரகிருஷ்ணன் ஆற்றின் பக்கமாக ஓடிப் போய்விட்டான். நானும் பின்தொடர்ந்தேன்.

குமாரகிருஷ்ணன் முழங்கால் மட்டு ஜலத்தில் நின்று வாதாடிக் கொண்டிருந்தான்.

"அது முடியாது. என்னை அழைத்துக்கொண்டு போகா விட்டால் உன் குச்சியைத் தரமாட்டேன்'' என்று பிடிவாதமாகச் சொல்லிக் கொண்டிருந்தான்.

விவரம் எனக்குத் தெரியுமல்லவா? "மாட்டுப் பொங்கலன்று பவனிவரும் முதல் மாட்டின் கொம்பின் மீது ஒரு பச்சை ஒந்தியை அடித்தால், ஒரு கிழவன் கையில் ஊன்றுகோலுடன் உடனே தோன்றுவான். அவன் ஆற்றங்கரைப் பக்கம் ஓடுவான். நீயும் கூடவே ஓடு. கிழவன் ஜலத்தில் இறங்கியதும் அவன் கையிலிருக்கும் குச்சியைப் பிடுங்கிக் கொண்டு, 'மந்திர மை வேண்டும். சம்பாதித்துத் தா. இல்லாவிட்டால் குச்சியைத் தரமாட்டேன் என்று சொல்லு' என்று ஜால வித்தைக்காரன் குமாரகிருஷ்ணனுக்குச் சொல்லியதாக எனக்குத் தெரியுமல்லவா?"

ஒரு மணி வரையில் ஜலத்திலேயே குமாரகிருஷ்ணன் நின்று அந்தக் கிழவனோடு வாதாடிக் கொண்டிருந்திருக்க வேண்டும். ஏனென்றால் பிறகுதான் கரைக்கு வந்தான். நான் மணலிலே உட்கார்ந்துகொண்டு ஆகாயத்தையும் மனிதனை மயக்கி இழுக்கும் மந்திர மையையும் பற்றி யோசித்துக் கொண்டிருந்தேன்.

அவன் மணலேறி வந்தான்.

"ஏய்! இதோ கிழவனாரோடு சுடுகாட்டுக்குப் போகிறேன். கிழப் பிசாசு என்னை அழைத்துக் கொண்டு போகிறது. இதோ பார் அதனுடைய கழி. நாளைக் காலம்பர வீட்டுக்கு வா. மந்திர மையைப் பார்க்கலாம்.... பிறகு சிரிக்கலாம். இல்லாவிட்டால் தப்பு தப்பு என்று கன்னத்தில் போட்டுக்கொள்ளலாம்'' என்றான்.

அப்போதுதான் நான் உண்மையாகவே அவனுடைய நிலைமையைப் பற்றிக் காபுரா அடைந்தேன். மாட்டுப்

பொங்கலன்று கிழவனும் தோன்ற மாட்டான், மண்ணாங் கட்டியும் தோன்றாது! என்னவோ பிடிவாத வெறியில் பேசுகிறான். பிறகு எல்லாம் தெளிந்து போகுமென்று நான் முதலில் நினைத்திருந்தேன். நண்பன் வந்து, “கிழவனுடன் சுடுகாட்டுக்குப் போகப் போகிறேன்” என்று சொல்லவும் என் மனம் திடுக்கிட்டது.

“இதெல்லாம் கண் மயக்கமடா. வீட்டுக்குப் போவோம்” என்றேன். அவன் இசையவில்லை.

"நீ வீட்டுக்குப் போ, வருகிறேன் மையுடன்” என்று சொல்லிவிட்டு ஆற்றின் வழியாக மேற்கே நடந்து செல்ல ஆரம்பித்தான்.

நான் வீட்டுக்குத் திரும்பிப் போய்விடலாமா என்று கூட எண்ணினேன். மனம் வரவில்லை. குமாரகிருஷ்ணனுக்குத் தெரியாமல் பின்னாலேயே சென்றேன்.

ஆற்றின் கரையோரத்திலேயே சுடுகாடு. ஜலம் அரித்து ஓடிக் கொண்டிருந்தது ஓர் ஓரத்தில். நான் நெளிவாக ஓடிப்போய் ஒரு குட்டுச்சுவரின் ஓரத்தில் ஒண்டிக் கொண்டேன்.

சிதையில் ஏதோ ஒரு பிணம் எரிந்துகொண்டிருந்தது. பக்கத்திலிருந்த ஆலமரத்தின் நிழலும் விழுதுகளும் பாம்புகள் போல் பின்னிக்கொண்டு கிடந்தன. ஆந்தைகள் மரத்தின் மேலே காதற்கதை பேசிக் கொண்டிருந்தன. சந்திரன் விரிந்த வெண்குடை போல் வானில் திறந்து கிடந்தது. பழந்தின்னி வெளவால்கள் குறுக்கே பறந்தன. நிசப்தம்.

குமாரகிருஷ்ணன் சுடுகாட்டுக்குள்ளே வந்தான். கையில் விடாப்பிடியாகக் குச்சியை வைத்திருப்பது போல் வலக்கையைக் கெட்டியாக மூடிக் கொண்டிருந்தான். மெதுவாகக் காற்றொன்று அடித்தது. நிசப்தம் கலைந்தது. ஆலமரத்து நிழல்கள் ஊர்ந்தன. விழுதுகள் ஊசலாடின. நிழல்களெல்லாம் சேர்ந்து பிணம் எரிந்த மேடையைச் சுற்றி காற்றில் வட்டமாக ஆடின. நிழல்களைப் பார்க்கப் பார்க்க

எனக்குக்கூடப் பிரமை உண்டாய் விட்டது. எவ்வளவு பிசாசுகள்! எவ்வளவு பிசாசுகள்! இதில் பெண் பிசாசுகள் வேறு! காற்றுப் பலத்தது. பனைமரங்களின் மட்டைகள் சட சடவென்றன. நிழல்கள் வேகமாக ஒன்றை ஒன்று துரத்தின. ஒரு நரி எங்கோ ஒரு புதரிலிருந்து சந்திரனைப் பார்த்து ஒப்பாரி வைத்தது. பின்னும் ஒரு நிமிஷம். பேய்க்காற்று மரங்களிடையில் பாடிற்று. சந்திரன் தப்புக் கொட்டினான். பிசாசுகள் நடனமாடின.

ஐந்தாறு நிமிஷத்துக்குள் குமாரகிருஷ்ணன் திரும்பிப் பாராமல் ஆற்றின் பக்கமாக ஓட்டமெடுத்தான். அப்போது அவனது வலதுகை முன்போல் இல்லை. கட்டைவிரலும் ஆள்காட்டி விரலும் ஏதோ ஒரு சிறு வஸ்துவைப் பிடித்துக் கொண்டிருப்பது போல் சேர்ந்திருந்தன.

ஜாலவித்தைக்காரன் அவனுக்கு உபதேசம் பண்ணியதில் இரண்டாவது பாகம் என் நினைவுக்கு வந்தது.

‘சுடுகாட்டுக்குப் போனதும் நடனம் செய்யும் பிசாசுகளுக்குள் பெண் பிசாசாகப் பார்த்து அதன் தலைமயிர் ஒன்றைப் பிடுங்கி எடுத்துக் கொண்டு ஆற்றை நோக்கி ஓட வேண்டியது. ஆற்று நீரில் அந்த மயிரை நினைத்து எடுக்கு மட்டும் பிசாசுகள் நாட்டியமாடும் பக்கம் திரும்பிப் பார்க்கவே கூடாது. பார்த்தால் போச்சு! திரும்பிப் பார்க்காமல் நனைத்து எடுத்துக் கொண்டு வந்து, அதைக் கருக்கிக் கண்ணுக்கு இட்டுக் கொள்ளும் மையுடன் சேர்த்துவிட்டால் அதுதான் 'ஜால மை.' இப்படிச் சொல்லியிருந்தான் அல்லவா? அந்தக் கட்டம் இப்போது நடப்பதைக் கண்டேன்.

குமாரகிருஷ்ணன் திரும்பிப் பார்க்காமல் விழுந்தடித்து ஓடினான். திரும்பிப் பார்க்காமல் இருக்க வேண்டுமே என்று நான் பிரார்த்தனைக் கூடச் செய்தேன். இன்னும் ஒரு விநாடி! நீரில் நனைத்து எடுத்திருப்பான். ஆனால் அவனை அறிந்தோ அறியாமலோ தலை சுடுகாட்டுப் பக்கம் திரும்பிவிட்டது. அவ்வளவுதான்! திடீரென்று சாய்ந்தான். நான் ஓடினேன்.

ஜலத்தை வாரி முகத்தில் அடித்தேன். அவன் மூர்ச்சை தெளிந்து கண் திறந்தான். கையைப் பார்த்துக்கொண்டான்.

"மயில் எங்கே?'' என்றான்.

நான் பதில் சொல்லவில்லை. அவன் வெறிக்கப் பார்த்தான்.

"சரி, வா போவோம்'' என்றேன்.

பதில் சொல்லாமல் வந்தான். அவனுக்கிருந்த சோர்வு, அது, இது ஒன்றுமே அப்போது காணவில்லை. மெதுவாக அவனுடைய வீட்டு வரையில் அழைத்துக்கொண்டு வந்தேன். அவன் பெற்றோர்களிடம் நடந்ததையெல்லாம் சொல்லுவோமா என்று கூட ஒரு கணம் யோசித்தேன். தைரியம் வரவில்லை. சிவனே என்று வீட்டுக்குப் போய்விட்டேன். மறுநாள் காலையில் இந்தச் சமாசாரம்!

லீலா

1

சந்திரசேகரன் சப்கலெக்டர் பதவியை ஏற்று ஒரு வாரங்கூட ஆகவில்லை. அதற்குள்ளாகவே தினசரி வேலையின் மீது அவனுக்கு அலுப்புத் தோன்ற ஆரம்பித்தது.

அலுப்பு மேலிட்டு ஒரு நாள் பங்களாவில் சும்மா உட்கார்ந்திருந்தான். டலாயத் உடலை நெளித்தபடியே உள்ளே நுழைந்து ஒரு சிறு கடுதாசை நீட்டினான். அதை வாங்கி, "ஜோஸப் பால், ஹெட்மாஸ்டர், மிஷன் ஸ்கூல்" என்று தனக்குள்ளேயே படித்துவிட்டு உள்ளே அழைத்து வரச் சொல்லி டலாயத்துக்கு உத்தரவிட்டான்.

ஹெட்மாஸ்டர் உள்ளே நுழைந்தார். சப்கலெக்டருடன் உடல்நலம், அகவிலை, வெயில் கடுமை முதலிய பல விஷயங்களைப் பற்றிச் சிறிதுநேரம் பேசிக் கொண்டிருந்து விட்டு, தாம் வந்த காரியத்தைத் தெரிவித்தார்; "ஒரு சிறிய வேண்டுகோள்; அடுத்த ஞாயிற்றுக்கிழமை எங்கள் பள்ளிக்கூடத்து வருஷாந்த விளையாட்டு விழா. அம்மாளுக்குப் பள்ளிக்கூட மாணவர்கள் முன்னேற்றத்திலும் அவர்கள் விளையாட்டிலும் அதிக ஊக்கம் உண்டு என்று கேள்விப்பட்டேன். எங்கள் விழாவுக்குத் தலைமை வகித்துப் பரிசுகள் வழங்கவேண்டுமென்று அம்மாளைக் கேட்க வந்தேன்" என்றார்.

"மெத்த வந்தனம், ஒரு நொடியில் கேட்டுச் சொல்லுகிறேன்" என்று மாடிப்புறம் போனான் சந்திரசேகரன்.

உள்ளபடி அவன் மாடி ஏறிப் போகவில்லை. நடு வழியிலேயே திரும்பி, அபஜயமடைந்தவனைப் போல் முகத்தை வைத்துக்கொண்டு வந்தான்.

"தங்கள் விருப்பத்தை நிறைவேற்ற முடியாமல் இருப்பதற்காக மன்னிப்புக் கோரச் சொன்னாள். உடல் நலமாக இல்லையாம்."

"அப்படியா?" என்று ஹெட்மாஸ்டர் மீசையைத் திருகிக் கொண்டு யோசனையில் ஆழ்ந்தார்.

"சரி! அப்போது நீங்கள் தான் தலைமை வகிக்க வேண்டும்" என்றார்.

தன் மனைவியைத் தலைமை வகிக்கச் சொன்னது சந்திர சேகரன் உள்ளத்தில் பல பழைய புண்களைக் கிளறி விட்டது. எப்படியேனும் ஹெட்மாஸ்டருடன் சந்திப்பு முடிந்தால் போதுமென்ற நிலைமையில் அவன் இருந்ததால் அடுத்தபடியாக அவனையே தலைமை வகிக்கும்படி கேட்டதற்கு உடனே சம்மதி தந்துவிட்டான்.

என்றைக்கு அந்த விளையாட்டு விழாவுக்குத் தலைமை வகிப்பதாக ஒப்புக்கொண்டானோ அன்று முதல் இதர பள்ளிக் கூடங்களிலிருந்தும் பொது ஸ்தாபனங்களிலிருந்தும் அதைப் போன்ற வேண்டுகோள்கள் வந்தன. ஒவ்வோர் அழைப்புச் சம்பந்தமாகவும் தன் மனைவியைப் பற்றிய வரையில் மறுக்க வேண்டிய கசப்பான பொறுப்பு அவனுக்கு ஏற்பட்டது.

இதன் பலனாக ஊருக்கு வந்த ஒரு மாதத்துக்குள்ளாகவே ஊரார் வம்பு பேசத் தொடங்கினார்கள். சப்கலெக்டர் மனைவி அவலக்ஷணமா, அங்கஹீனமா? அசடா? கர்வம் பிடித்தவளா?

ஒருவேளை மனைவியேயன்றிச் சேர்க்கையா என்று பலவாறு சந்தேகப்பட்டார்கள். சந்திர சேகரனுடைய நுண்ணறிவுக்கு இவ்விஷயங்கள் தெரியாமல் இல்லை. தான் தலைமை வகிக்கும் ஒவ்வொரு கூட்டத்திலும் தன் முதுகுப்புறத்தைச்

சுட்டிக் சுட்டிக் காட்டிப் பிறர் பேசுவது போன்ற காட்சிகள் அவன் அகக்கண்ணில் தோன்றித் தன் மனைவியைப் பற்றிக் குசுகுசுவென்று பேசுவது கணீர் என்று தன் காதில் விழுவது போன்ற பிரமை உண்டாயிற்று.

சந்திரசேகரன் மனத்தில் ஓயாத அதிருப்தி. சப்கலெக்டராக இருந்தால் என்ன? ஓர் அற்ப விஷயத்தை மாற்ற முடியாத இயற்கையின் கோணலை அறுபது நாழிகையும் ஜனங்களிட மிருந்து மறைப்பதே முக்கிய வேலையாகி விட்டால் சுகம் என்பதை எப்படிக் காண முடியும்? வேம்பான பொய் வாழ்க்கை! இதைவிடக் குற்றவாளிகளுக்கு விதிக்கும் தனிச் சிறைத் தண்டனை கூட மேல்.

மாமனாராக வாய்த்தாரே ஒருவர் - எவ்வளவு குரூர ஸ்வாபவமுள்ளவர்! எவ்வளவு சமத்காரமாக தன்னை வலை போட்டுப் பிடித்துவிட்டார்! ஆனால் அவர்மீது குற்றம் சாட்டுவது நியாயமா? பாங்கு முறிந்து போய் அளவற்ற பண கஷ்டம் ஏற்பட்டதைப் பற்றி இந்தியாவிலிருந்து தன் தகப்பனார் இங்கிலாந்துக்கு எழுதியபோது ஐ.சி.எஸ். படிப்பை அத்துடன் விடாதது யார் குற்றம்? ஐ.சி.எஸ். என்ற பட்டமும் வரப்போகும் பதவியும் அவன் ஆசையைத் தூண்டின. உணர்ச்சி மழுங்கிப் போய் விட்டது. பெண்ணின் குறைவு பெரிதாகப் படவில்லை. தகப்பனார் குறிப்பிட்டிருந்த பெண்ணை மணப்பதாக ஒப்புக் கொண்டான். கண்ணைத் திறந்து கொண்டு குளத்தில் இறங்கிய குற்றம் யாருடையது? முன்பணம் வாங்கிப் படித்துப் பரீக்ஷையில் தேறினபின் ஏற்பாட்டுப்படி மணம் செய்துகொண்டது தர்ம நியாயந்தானே?

இப்போதோ மாமனார் தம் கணக்கற்ற ஐவேஜியைக் காட்டி ஏமாற்றிவிட்டது போல் கருதினான். தன் பேராசையைத் தவிர - தன் விதியைத் தவிர - மற்ற எல்லோரையும் நொந்து கொண்டிருந்தான். இவ்வளவு எண்ணங்களுக்கு இடையில் ஓயாத அதிருப்தி உண்டாவது வியப்பா?

இப்படியே நாட்கள் சென்றன. ஒரு நாள் ஓர் எண்ணம் தோன்றிற்று. அதுவரையில் ஏன் தோன்றவில்லை என்பதே ஆச்சரியமாக இருந்தது. 'விழாக்களுக்குத் தலைமை வகிப்பதை நிறுத்திவிட்டால் ஒருவேளை வேதனை குறையாதா?' என்று நினைத்தான். அது முதல் ஆபீஸ் வேலையைத் தவிர வேறு ஒன்றையும் சந்திரசேகரன் பார்ப்பதில்லை. பொதுஜனங்களிடையில் அதிகமாகக் கலப்பதில்லை. இருந்தாலும் தான் எதிர்பார்த்த அமைதி உள்ளத்தில் தோன்றவில்லை. தன் வேதனையின் வேர் பின்னும் ஆழமாக ஓடியிருப்பதை அவன் உணரவில்லை.

2

அவன் மனைவி லீலாவை உயர்ந்த பெண்மையின் அவதார மென்றே கருதவேண்டும். ஜலத்துளி நீர்ப்பெருக்கில் கலந்திருத்தல் போல் தான் என்னும் தன்மை அற்றவள். அவளுடைய அமைதி ஆழ்ந்த குளத்தினுடையது. தானாகக் கிளம்பிப் பிதுங்கி முன்னிற்கும் முந்திரிக்கொட்டை அல்ல. கணவனை நேருக்கு நேர் பார்ப்பது அருமை. ஏனென்றால், அப்படிப் பார்க்கும் வேளையில், தன்னையும் அறியாமல், தன் கண்கள், கணவன் தன்னை நேசிக்கவில்லையே என்று குற்றம் சாட்டி விடலா மல்லவா என்ற பயம்.

வீட்டுக் காரியங்களிலும் வெகு சமர்த்து. சப்கலெக்டர் மனைவியாக இருந்தும், தன் தகப்பனாரின் அளவற்ற ஐவேஜிக்கு ஒரே வார்சாக இருந்துங்கூட, சமையல் முதற்கொண்டு செய்யும் படி ஏற்பட்டுவிட்டதே என்று அவள் அலட்டிக் கொண்டதில்லை. உள்ளூறக் கூட நொந்து கொண்டதில்லை. தன் மாமியார், மாமனார் இருவரும் காரியக்காரியை அமர்த்து என்று எவ்வளவோ வற்புறுத்தியுங் கூடக் கணவர் மறுத்துவிட்டதன் நுட்பமான காரணத்தை அவள் நன்றாக அறிந்திருந்தாள். அவ்வளவு பெரிய உத்தியோகஸ்தற்குக் காரியக்காரி இல்லாததும் ஒரு வழியல்லவா? வீட்டுக்காரியங்கள் இல்லாத போது அவளை மாடியில் பார்க்கலாம். தனிமையும் மேகங்களும்

நக்ஷத்திரங்களும் அமாவாசை இருளும் பௌர்ணமியின் கேடயமும் பரிதியின் தங்கமும் மரங்களின் ஒலியும் அவளுக்கு ஆத்ம நேசம் ஆயின.

மாதங்கள் சென்றன. கந்தர்வனைப் போன்ற வெகு அழகிய சந்திரசேகரன் சோர்வுற்றுச் சோபாவின் மீது கன்னத்தில் கை வைத்தவாறு உட்கார்ந்திருந்தான். வழக்கத்துக்கு விரோதமாக அன்று லீலா அவன் முன்பு தரையில் உட்கார்ந்திருந்தாள். ஏதோ அவள் உள்ளத்தில் தோன்றியது; முகம் நிழலடைந்தது. திடீரென்று எழுந்திருந்தாள். நெருப்பின் நாக்குகள் நடனம் செய்வது போல் விரல்களால் ஜாடை செய்தாள். ஜாடைகளை விட அவளுடைய கண்களின் பேச்சு இன்னும் தெளிவாக இருந்தது.

அவள் சமிக்ஞைகளின் பொருளைச் சந்திரசேகரன் உணர்ந்தான். அதாவது அவன் உடம்பு தாள் போல வெளுத்துக் கிடக்கிறது என்பதுதான். ஒருவேளை அவளுடைய கவலை பெண் சாகசத்தின் ஒரு பகுதியோ என்று கூடத் தோன்றிற்று. அடுத்த கணம் அவளுடைய திகிலடைந்த தோற்றம் தன் சந்தேகத்துக்கு ஆதாரமே இல்லை என்பதை விளக்கிக் காட்டிற்று. அதற்கு மாறாக அவளுடைய அன்பின் மிகையாகப்பட்டது.

3

ஒரு மாதம் ஆயிற்று, சந்திரசேகரனுடைய நோய் வெளிப்பட, வீட்டு மாடிப்படி ஏறும்போதும் ஆபீஸ் மாடிப்படி ஏறும்போதும் அவன் முழங்கால்கள் கெஞ்சின. அவனுடைய பசி மந்த மடைந்துவிட்டது. அத்துடன் தூக்கமும் குறைவுபட்டது. வாழ்வே பாரமாக ருசியற்றுப் போயிற்று. எனவே வைத்தியரைப் பார்க்க வேண்டிய அவசியம் ஏற்பட்டது.

சோகைநிபுணர் சந்திரசேகரனைப் பார்த்து, “என்ன சார்!” என்றார். "ரத்தம் அதிக மோசமாயிருக்கிறதே. காரணம் ஏதேனும் சொல்லத் தெரியுமா?"

"ஒன்றும் தெரியவில்லையே!"

"நல்லது; நான் சொல்லி வருகிறேன், பிறகு சொல்லுங்கள். மனவேதனை. எதிர்பாராத சம்பவம் அல்லது-"

"அதெல்லாம் ஒன்றுமில்லை" என்று வெகு அவசரத்துடன் குறுக்கிட்டான் சந்திரசேகரன்.

"சரி போகட்டும். எது காரணமாக இருந்தாலும் ஒரு காரியம் சீக்கிரம் செய்யவேண்டியிருக்கிறது. அதாவது நல்ல ரத்தமாக உங்கள் உடலில் பாய்ச்ச வேண்டியது முக்கியம். யார் பேர்வழி?"

சந்திரசேகரனுடைய முகம் வாடிற்று.

"ஆனால் அவ்வளவு மோசமாய் விட்டதா உடம்பு?"

"அப்படிச் சொல்வதற்கில்லை. இனி அதிகமாகத் தாமதிக்கக் கூடாது."

"ஆனால் சரி; நாளைக்கு இங்கே வந்தால் பாக்கியைப் பேசுவோம்" என்று சந்திரசேகரன் சொல்லவே நிபுணர் வீட்டுக்குக் கிளம்பி விட்டார்.

அன்று மாலை தனியாக உட்கார்ந்திருந்த சந்திரசேகரன் சிந்தனையில் ஆழ்ந்திருந்தான். நிபுணர் குறிப்பிட்ட விஷயம் அவன் மனத்தில் கலவரத்தை உண்டாக்கியது. யாரைப் போய் யாசகம் கேட்பது ரத்தத்துக்கு என்பது பெரிய பிரச்னையாகி விட்டது.

அந்திப்பொழுது முற்றி நக்ஷத்திரங்களாக மலர்ந்துங் கூட அவன் அப்படியே உட்கார்ந்திருந்தான். சற்று நேரத்துக்கெல்லாம் காலடிச்சத்தம் கேட்டது. அவன் திரும்பினான். லீலா அது வரையில் தன்னிடத்திலிருந்த படியே கணவனைக் கவனித்து வந்தாள். அவளால் அதற்கு மேல் உட்கார்ந்திருக்க முடிய வில்லை. எழுந்து வந்து

கணவனுக்கெதிரில் மௌனமாகப் புத்த விக்கிரகம் போல் அசைவற்று உட்கார்ந்தாள்.

அவளுடைய மௌனம் அவனைக் குறைகூறிற்று. இன்பத்தில் இல்லாவிட்டாலும் துன்பத்திலேனும் மனைவி மனைவிதானே! அவள் தூய உணர்ச்சி அப்போதே நோயைக் குறிப்பிடவில்லையா? டாக்டர் சொன்னதை மறைப்பானேன் என்பது போலத் தோன்றிற்று.

சந்திரசேகரனின் உள்ளம் நெகிழ்ந்தது; கணவன் சொன்ன விவரத்தைக் கேட்ட லீலா தான் தயார் என்று சமிக்ஞை மூலமாகத் தெரிவித்தாள். தன்னையும் மீறிச் சந்திரசேகரனின் அன்புணர்ச்சி பொங்கி எழுந்தது. லீலாவை அணைத்துக் கொண்டான். “நீ கூடாது” என்றான்.

அவ்வார்த்தைகளைக் கேட்ட லீலா வருத்தமடைந்தாள். குளத்தில் கல்லெறிந்தால் தோன்றும் அலைகள் போல் அவள் கண்களில் துயர்மிகுந்தது. சந்திரசேகரனுக்கே ஏன் சொன்னோ மென்று ஆகிவிட்டது. தான் அன்புடன் சொன்ன பேச்சு அவளுடைய ஸ்திரீ தர்மத்தை மறைமுகமாகத் தாக்கக்கூடும் என்ற எண்ணமே அவனுக்கு வரவில்லை. அவள் முகத்தோற்றம் அவன் எண்ணங்களைச் சிதற அடித்தன. அவளைச் சமாதானப் படுத்த முயன்ற தெல்லாம் பயனற்றுப் போகவே அவள் இஷ்டப்படி இணங்கச் சம்மதித்தான்.

மறுநாள் காலையில் நிபுணர் வந்தார். “என்ன ஏற்பாடு?"

பதில் சொல்லச் சந்திரசேகரனுக்கு இரண்டு நிமிஷம் பிடித்தது.

"நான் ஒருவரை அமர்த்தியிருக்கிறேன்.”

"நல்லது, அவரை நான் பார்க்க வேண்டுமே.”

சந்திரசேகரன் சற்றுத் தயங்கினான். பிறகு நிபுணர் காதில் பட்டதோ படவில்லையோ என்று சந்தேகிக்கக் கூடிய

அவ்வளவு தாழ்ந்த குரலில், "அவர் அல்ல, அவள்'' என்று பதில் சொன்னான்.

"யாராயிருந்தாலும் பரசோதித்துத்தான் ஆக வேண்டும்.''

நிபுணர் லீலாவைப் பரிசோதித்துவிட்டு, அவள் உடலிலிருந்து மூன்று நான்கு துளி ரத்தம் ஒரு கண்ணாடியில் எடுத்துக்கொண்டு புறப்பட்டுவிட்டார். மூன்று நாட்கள் கழித்து ரத்தம் பாய்ச்சுவ தென்று தீர்மானமாயிற்று.

4

குறிப்பிட்ட தினத்தில் லீலாவின் ரத்தத்தை எடுத்துச் சந்திரசேகரன் உடலில் டாக்டர் ஏற்றினார். சிகிச்சை நல்ல படியாக முடிந்தது. ஆனால் சந்திர சேகரன் குணமடைய கொஞ்ச நாள் பிடித்தது. நோயாளி மாடியை விட்டுக் கீழே இறங்கக் கூடாது; நடமாடக்கூடாது; அதிகமாகப் பேசக்கூடாது என்று நிபுணர் பல தடை உத்தரவுகள் பிறப்பித்திருந்தார். சந்திரசேகரனுக்கோ லீலாவோடு பேச வேண்டுமென்ற பேரவா. அதில் வியப்பு என்னவென்றால் லீலா அவன் இருக்கும் இடத்துக்கே வராதது தான். அதற்குக் காரணம் லீலாவையும் அமைதியாக இருக்கும் படி டாக்டர் தடை உத்தர விட்டிருப்பதாகத் தாயார் சொன்னாள்.

பத்துத் தினங்களுக்குப் பின் பேசும் சந்தர்ப்பம் வாய்த்தது. அன்று அஷ்டமி சந்திரனுடைய அழகு வானத்தில் தேங்கிக் கிடந்தது. சவுக்குத் தோப்பினூடே நல்ல பாம்பு போல் காற்று மூச்சு விட்டுக் கொண்டிருந்தது. அண்டை வீடு ஒன்றிலிருந்து வந்த வீணையின் ஒலி துயரத்தைத் தழுவி மிதந்தது.

சந்திரசேகரன் மாடிப்படியில் யாரோ ஏறி வருவதைக் கேட்டுப் பெருமகிழ்ச்சி கொண்டான். அது ஏமாற்றமாக முடிந்தது. மேலே வந்த நிபுணர் லீலாவின் தேகஸ்திதி இரண்டு மூன்று நாட்களாக நன்றாயில்லை என்பதை வருத்தத்துடன் தெரிவித்தார்.

மறுகணம் சந்திரசேகரன் அங்கே தரிக்கவில்லை. கீழே போனான். காம்ரா உள்ளில் ஒரு கட்டிலின் மீது அவள் படுத்திருந்தாள். ஒரு விளக்கு, தாழ்ந்து எரிந்துகொண்டிருந்தது. தாயார் தரையில் உட்கார்ந்திருந்தாள்.

"இப்படி" ஏமாற்றலாமா என்னை?" என்றான்.

தாயார் கண்ணீர் விட்டாள். "ஒன்றும் பிரமாதமில்லை என்று நினைத்தோம். டாக்டரும் உனக்கு அநாவசியமான அதிர்ச்சி உண்டாக்கக் கூடாது என்றிருந்தார். வேண்டுமென்று நான் செய்வேனா?" என்றாள்.

சந்திரசேகரனுக்குத் தாங்கவில்லை. தான் எதிர்பார்த்த சந்தர்ப்பத்தில் இவ்வளவு துன்பம் கலந்திருக்குமா என்று நினைக்க நினைக்க அவன் துயரம் கரை கடந்தோடியது. லீலாவின் முகத்தைப் பார்த்து அவன் கலக்கமடைந்தான்.

ஒரு வாரம் வரையில் அக்கரையில் ஒரு காலும் இக் கரையில் ஒரு காலுமாகத் தவித்தாள் லீலா. வாரக் கோடியில் ஏதேனும் நெருக்கடி ஏற்படுமோ என்று நிபுணர் பயந்தார். அப்போதெல்லாம் சந்திரசேகரனின் மனச்சாட்சி அவனை வருத்தியது. லீலாவை அலட்சியம் செய்த குற்றவாளி என்ற எண்ணம் அவனை ஒப்பற்ற தாதி ஆக்கிவிட்டது.

நிபுணர் பயந்த நெருக்கடி வேளை. அதிலும் இரவு. ஜன நடமாட்டமும் வண்டிகளின் ஓசையும் தேய்ந்து கொண்டிருந்தன. அறையில் விளக்கு மங்கலாக எரிந்து கொண்டிருந்தது. சந்திரசேகரன் சந்தடி செய்யாமல் கட்டிலின் பக்கத்தில் வந்து உட்கார்ந்தான்.

சில நிமிஷங்கள் சென்றன. சென்ற ஒரு வாரமாக ஏற்பட்ட கவலையாலும், தூக்கமின்மையாலும் அவன் உடலில் அயர்வு நிறைந்திருந்தது. அவனை அறியாமலே கண்கள் மூடிப்போயின. பின்னும் கொஞ்ச நேரம் சென்றது. அவனை யாரோ திடீரென்று தீண்டினாற் போல் இருந்தது. காலனுடைய ஜில்லிட்ட கையோ என்று திகிலடைந்து

லீலாவைப் பார்த்தான். அவள் கட்டிலில் உட்கார்ந்திருந்தாள். முகத்தில் ஒரு கருணை ததும்பிற்று; "போதும்; இனி நீங்கள் தூங்கப் போகலாம். கவலைக்கு இடமில்லை" என்று சொல்வது போல் ஜாடை காட்டினாள். அது வரையில் லீலாவுக்கு அவன் இழைத்திருந்த தீங்கைப் பற்றி எண்ணி ஏங்கிய குற்றமுள்ள நெஞ்சம் அந்த நிமிஷத்தில் தெளிவடைந்தது. லீலாவை மார்புறத் தழுவினான்.

அடுத்த பதினைந்தாம் நாள் ஊரில் நடந்த தேக் கக்சேரிக்கு அதிசயமாக வந்த சந்திரசேகரனைப் பார்த்து ஜனங்கள் வியப் படைந்தனர். அதைவிட அவனுடன் வந்திருந்த அழகியைப் ஊமையைப் - பார்த்துப் பிரமித்தனர்.

கரும்பாயிரத்தின் கதை

"அப்பா கரும்பாயிரம்! இந்த வாட்டியோடே ஆறு மாமாங்கம் பாத்தாயிடுச்சு. ஒங்க ஆத்தா போய் ஒரு வருசம் ஆவப்போவது. அதுவே பிடிச்சு ஒரு நாளைக்கு நாச்சும் என்கூட நீ சாப்பிட்டயா, சொல்லு?"

"என்ன மோசம் அம்மாயி?"

"கிழக் கோட்டானாயிட்டேனல்ல. பஞ்சாங்க ஐயரு பொறக்கற மாசத்துலெ ஒன் பேரனுக்குக் கருமம் செய்ய நேரம் வருதூன்னு நேத்துச் சொன்னாரு.... வந்தா வரட்டும். பயமில்லெ எனக்கு. இருந்தாலும் ஒன்னோடே ரெண்டு நாளாச்சும் சோறு தின்னாத்தான் நெஞ்சு வேவும்... பல பல இங்கறத்துக்குள்ளார ஒங்க ஆலையிலே சங்கு ஊதிப் பிடுறாக! நீ ஓடிப் பூடறே.... அப்பறம் மூணு மணிக்கு இம்மாஞ்சோறு தின்னறது நீ இல்லாமெ சொகப்பட மாட்டேங்குது. ரெண்டு வேளை நாச்சும் சேந்தாப் போல உட்கார்ந்து சோறு திம்போம். அப்புறம் எது வேணா வரட்டும். சந்தோசமாய்ப் போயிடறேன். என்ன சொல்றே?'

இந்தப் பேச்சைக் கேட்ட கரும்பாயிரத்துக்கு மில்லுக்குப் போக மனம் வரவில்லை. வருஷம் முழுவதுந் தான் உழைத்தாகிறது. இரண்டு நாள்தான் ரஜா வாங்கிக் கொள்வோமே என்று நினைத்துக்கொண்டு ஒரு மனு எழுதிப் பக்கத்து வீட்டுச் சோமுப்பிள்ளையினிடம் கொடுத்தனுப்பி விட்டான்.

"அம்மாயி! ரெண்டு நாள் ஒன் கூடவே சாப்பிடறேன். சந்தோசமா இரு; இருக்கிறாயா?"

இருக்கேன்;

கிழவியின் மகிழ்ச்சிக்கு அளவில்லை. என் ராஜா என்று அவனைத் தட்டிக் கொடுத்தாள்.

“அம்மாயி! இன்னிக்கு என்ன சமைக்கச் சொல்ல? ஒனக்கு என்னா வேணும்?'

"இன்னிக்கு முள்ளங்கி, வெங்காயம், அப்புறம், ஹூம், அப்புறம்..."

"எறைச்சி.”

"செ! சாவப்போற காலத்துலெ அது ஏண்டா எனக்கு? நான் சொன்னேனே அதுவும் பெருங்காயமும் கொத்தமல்லியும் பருப்பும் வாங்கிக்கிட்டு வா. நல்ல சாம்பாரா வச்சிக்கிட்டு ஊத்திக்கிடுவோம்."

ஆனால் சரியென்று கரும்பாயிரம் மார்க்கெட்டுக்குக் கிளம்பினான். அவன் வாசல் வரையில் கூடப் போகவில்லை.

"ஏ கரும்பாயிரம்! போரப்பே கூப்பிடரேன்னு நெனைக்காதே. நானும் சும்மா கூட வாரேன்” என்றாள் கிழவி.

அதன் பேரில் இருவருமாக மார்க்கெட்டுக்குக் கிளம்பினார்கள். மருமகள் குளத்துக்கு முழுகப் போய்விட்டாள்.

மார்க்கெட் அண்டை வந்ததும் கிழவியை முள்ளங்கியும் கொத்தமல்லியும் பருப்பும் வாங்கச் சொல்லிவிட்டுத் தான் வெங்காயம் கொண்டு வருவதாகப் போய்விட்டான். சிறிது நேரம் சென்று இரண்டு சுமாரான மூட்டைகளைத் தூக்கிக் கொண்டு திரும்பி வந்தான்.

மார்க்கெட் வாசலில் கிழவி உட்கார்ந்திருந்தாள்.

"ஏதப்பா கரும்பாயிரம்! இம்மாம் பெரிய மூட்டை? அடெ! இதென்ன? இம்மாம் பெரிய வெங்காயம்?" என்று கிழவி வியப்புற்றாள்.

"மேஸ்திரி நாயக்கருக்கு வந்துச்சாம். நேத்து என்னை எடுத்துக்கிட்டுப் போகச் சொன்னாரு. மறந்துபூட்டேன். நீ சொல்லாங்காட்டியும் ஞாபகம் வந்துடுச்சு. அதான் போய் எடுத்துக்கிட்டு வந்தேன்... சாமியல்ல குடுக்குது... சாவப்போற கிழவியாச்சே இன்னூட்டு... ஒசத்தி வெங்காயம்!"

'அந்த மூட்டை?"

"மள்ளாக் கொட்டை; நாயக்கரு கொடுத்தாரு."

"இம்புட்டுத்தானே, தம்பி, கிளம்பு" என்று எழுந்தாள் கிழவி. அதற்கு ஐந்து நிமிஷம் பிடித்தது.

"வா அம்மாயி! மெதுவா நட. தள்ளாத வயசு. ஊட்டுலே இருன்னா கேக்கறாய?... இந்தா கையைப் பிடிச்சுக்கிட்டு வா அனாவஷியமா சங்கட்டப்படறே!"

"என்ன சங்கட்டம்டா? நாளைத்தரிச்சு ஒங்கூட இப்படி வர முடியுமா?....சும்மா நடந்து போ."

வெங்காய மூட்டையையும் கடலையையும் சேர்த்துக் கட்டித் தலையில் தூக்கிக்கொண்டு கரும்பாயிரம் கை வீசி நடந்தான். கிழவி மெதுவாகப் பின்னால் வந்துகொண்டிருந்தாள்.

பேரனுக்குப் பால்யமும், கடு நடையும், தலையில் பாரமும் இருந்தபடியால் கிழவிக்கும் அவனுக்கும் நடுவே அரை பர்லாங்குக்குமேல் தூரம் ஏற்பட்டுவிட்டது. பின்னும் இரண்டொரு நிமிஷம் நடந்து செல்லுமுன் கரும்பாயிரத்துக்கே திகில் உண்டாகும்படியான காட்சி தென்பட்டது. தெரு முழுதும் ஜே ஜே என்று கூட்டம்; ஒரே இரைச்சல்! அதிலும், அவ்வளவு பேரும் தன்னுடன்

மில்லில் வேலை செய்யும் பெண்களும் ஆண்பிள்ளைகளும் வாலிபர்களும். ரோட்டுக்கு வலதுபுறம் இருந்த போலீஸ் ஸ்டேஷனை அவ்வளவு பேரும் பார்த்துக் கொண்டிருந்தனர். பலர் முகத்தில் திகைப்பும், முன்னணியில் நின்றவர் முகத்தில் கோபமும் ஆவேசமும் குடிகொண்டிருந்தன. ஸ்டேஷன் கேட் சாத்தப்பட்டிருந்தது. ஸ்டேஷன் ரூம் ஜன்னலில் போலீஸ் இன்ஸ்பெக்டர் தலை தெரிந்தது. ஜனங்கள், 'அவனை விடறயா இல்லையா?' என்று அடிக்கடி கத்திக் கொண்டிருந்தார்கள். இன்ஸ்பெக்டர் என்ன சொன்னார் என்பது யார் காதிலும் படவில்லை. இன்ஸ்பெக்டர் கையை விரித்து சமிக்ஞை செய்தார்.

"ஏங்கறேன், இது என்னா இது?" என்று கரும்பாயிரம் பக்கத்திலிருந்தவனைக் கேட்டான்.

அவன் யாரோ வழிப்போக்கன். "பல பேர் பல தினுசாச் சொல்றாங்க. யாரோ மில்லிலே வேலைக்காரப் பொம்பளை கொஞ்சம் அழகாயிருப்பாளாமே?"

"ஆமா."

"அவமேலெ மானேஜர் ஒரசிக்கிட்டுப் போயிட்டாருன்னு கூப்பாடு போட்டாளாம். அவ புருசன்காரன் கீழே கிடந்த இரும்புக் குச்சியை எடுத்துக்கிட்டு மானேஜரைத் துரத்தினானாம். அவரு பயந்துக்கிட்டு ஓடியாந்து இந்தப் போலீஸ் ஸ்டேசனுக்குள்ளாரப் பூந்துக் கிட்டாரு. இந்தப் பாக்கி ஆளுங்க இருக்கிறான்களே, அவங்களும், 'இன்னிக்கு அவன் பெண்சாதிக்கு வரது நாளைக்கு நமக்கும்' இன்னுட்டுக் கூடச் சேர்ந்துக்கிட்டாங்களாம். மானேஜரை வெளியே வரச்சொல்லுன்னு கத்தறாங்க."

"மானேஜர் புதுசு. கொஞ்சம் கடுமைக்காரரு. ஆனால் இந்த வளியெல்லாம் போவமாட்டாரே?"

"அதான் ஒருத்தன் சொன்னான். எப்போதும் போலக் குடிச்சுட்டு அவ புருசன் வந்தானாம். இல்லாத

லூட்டியெல்லாம் அடிச்சானாம். அதுக்காக மானேஜர் அவனை வேலைக்கு வேண்டாம்னூட்டராம். அதுவெ பொம்பளைக்கு வவுத் தெரிச்சல். மானேஜரை வாயா வார்த்தையாக் கேக்கக்கூடாது? புள்ளை, குட்டி இன்னு பேசினாளாம், "மரியாதையாப் போரியா இல்லாட்டி..." இன்னாராம். அப்படியா சமாச்சாரம்னூட்டு இப்படிக் கத்தினாளாம். மானேஜர் பயந்து பூடுவாரூ இன்னு ரோசனை. அது ஒரு கலாட்டாவாய்ப் போய்க் கலகத்திலெ முடிஞ்சுட்டுதாம்."

"அப்படியும் இருக்கும்" என்றான் கரும்பாயிரம். மேலே பேச முடியவில்லை. காரணம்: "மானேஜரை வெளீலே தள்றீங்களா? இல்லாட்டி..." என்று பல ஸ்தாயியில் பல குரல்கள் ஏக காலத்தில் கிளம்பினது தான்.

கரும்பாயிரம் பரம சாது. நமக்கேன் வம்பு என்று நடந்து செல்லப் பிரயத்தினப்பட்டான். அவனுக்கு முந்தியும் பிந்தியும் இருந்த ஜனங்கள் ஒருவர்மேல் ஒருவர் விழுந்து இடித்துக்கொண் டிருந்தார்கள். முன்னே போக முடியவில்லை.

"கதவைத் தொறக்குறீங்களா இல்லையா?" என்ற கூக்குரல்.

ஸ்டேஷனுக்குள்ளிருந்த இன்ஸ்பெக்டருக்கு இன்னது செய்வதென்று தெரியவில்லை. மானேஜரை வெளியேயும் விட முடியவில்லை. உள்ளே வைத்துக்கொள்வதென்றால் ஆபத்தா யிருந்தது. ஓட்டின்மீது கற்கள் வந்து விழுந்ததும் அவருக்குத் தைரியம் பிறந்தது.

"போறேளா இல்லியா? என்றார் இன்ஸ்பெக்டர்."

"இதோ போறோம்ங்க!" என்று பரிகாசமாக ஆட்கள் பதில் சொன்னார்கள். ஒருவன் மட்டும் வெறிகொண்ட முகத்தோடு ஸ்டேஷன் சுவரின் வெளி விளிம்பைப் பிடித்துக்கொண்டு அதன் பேரில் ஏறி ஓட்டின் வழியே உள்ளே செல்லப் பிரயத்தனம் செய்தான்.

"அவன் யார்?" என்றான் வழிப்போக்கன்.

"அவள் புருஷன்!" என்றான் கரும்பாயிரம்.

அது வரையில் பொறுத்துப் பார்த்த இன்ஸ்பெக்டருக்குத் தாங்கவில்லை ஆத்திரம். ஆத்திரம் பொங்கிற்று. பட்டப்பகலில் கொள்ளைக்காரர் மாதிரி ஒரு கூட்டத்தார் நடப்பதென்றால்? நடக்கும்படி ஒரு போலீஸ் அதிகாரி விடுவதென்றால்? கலகம் முற்றி உள்ளே இருப்பவர்கள் உயிருக்கும் ஸ்டேஷன் சொத்துக்களுக்கும் ஆபத்து நேரிட்டுவிட்டால்?"

"போரேளா இல்லையா - ஒரு தரம்" என்று கூவினார். சுவரில் ஏறியவன் பின்னும் ஏறிக்கொண்டிருந்தான்.

"போக மாட்டீர்களா? இரண்டாம் தரம். மூன்றாம் முறை சுட்டுவிடுவேன். ஐந்து நிமிஷம் கொடுக்கிறேன். போங்கள்."

இன்ஸ்பெக்டர் மிரட்டுகிறார் என்று நினைத்து ஜனங்கள் கெக்கலித்தார்கள். ஏளனச் சிரிப்பு அடங்கியதும் நிசப்தம். எல்லோரும் ஓட்டின்மீது பார்த்தார்கள். இன்ஸ்பெக்டர் காதில் ஓடு நொறுங்கும் சப்தம் விழுந்தது. "நல்ல மனிதனுக்கும் கருணை உள்ளவனுக்கும் காலமில்லை" என்று நினைத்தார்.

"விடாதே! உள்ளே குதி" என்று குரல்கள் உற்சாகப் படுத்தின.

கரும்பாயிரத்துக்குத் திகில். எப்படியாவது கூட்டத்தை விட்டு வெளியேறினால் போதுமென்று ஆகிவிட்டது. தெய்வமே என்று அடுத்த தெரு வழியாகப் போயிருக்கலாம். ஆனால் அவனுக்கு ஜோஸ்யம் தெரியுமா? இப்போது பின்னும் போக முடியவில்லை; முன்னும் போக முடியவில்லை. கூட்டமோ அலை புரளுவதைப் போல் அசைந்துகொண்டிருந்தது. என்ன செய்வான் கரும்பாயிரம்?

"மூன்றாம் தரம் - சுடு'' என்ற வார்த்தைகள் உரக்கக் கேட்டன. ஸ்டேஷன் ஜன்னலிலிருந்து துப்பாக்கிகள் தோட்டாவைக் கக்கின.

கூட்டம் நெல்லிக்காய் மூட்டையைப் போல் சிதறி ஓடிற்று. எங்கும் உயிருக்கு மன்றாடி ஓடும் ஓலங்கள்! ஓடும் முயற்சியில் கால் மிதிபட்டு ஜனங்கள் விழும் காட்சி! ஒரு குண்டுபோய்த் திகைத்து நின்ற கரும்பாயிரத்தின் விலாவில் பாய்ந்தது. "ஐயோ, அம்மாயி!" என்று அலறிக்கொண்டு கீழே விழுந்தான்.

கூட்டம் உடனே மறைந்து போயிற்று. போலீஸ்காரர் சுடுவதை நிறுத்தினார்கள். ஓட்டின் மேல் நின்றவன் 'அலங்க மலங்க' விழித்துக் கொண்டிருந்தான்.

போலீஸ் ஸ்டேஷன் கதவு திறக்கப்பட்டது. இன்ஸ்பெக்டர் வெளியே வந்து கரும்பாயிரத்தைப் பார்த்தார். வலது விலாவிலிருந்து ரத்தம் கொட்டிக் கொண்டிருந்தது; அப்படியே இடது விலாவினின்றும், மெதுவாக ஒரு மோட்டாரில் ஏற்றி ஆஸ்பத்திரிக்கு எடுத்துச் சென்றார்கள். ஓட்டின் மேல் இருந்த ஆளை இறக்கிக் கைக்கு விலங்கிட்டார்கள். வெங்காய மூட்டையும் கடலை மூட்டையும் கவனிப்பாரற்று மண்ணில் கிடந்தன.

ஓடிப்போன ஜனங்களில் சிலர் கரும்பாயிரம் அடி பட்டதைக் கண்டார்கள். "ஐயோ பாவம்!'' என்று சொல்லிக்கொண்டே பின்னும் ஓடினர்.

இவ்வளவு சம்பிரமங்களும் நடந்தது, ஒரு பத்துப் பன்னிரண்டு நிமிஷங்களுக்குள். மேற்குத் திக்கிலிருந்து தளர் நடையுடன் கிழவி வந்து கொண்டிருந்தாள். அவளைப் பார்த்து விட்டுச் சோமுப்பிள்ளை, "ஐயோ பாட்டி! கரும்பாயிரத்து வவுத்துலே குண்டு பாஞ்சுட்டுது. ரத்தம் ஊத்துது'' என்று பதறிப்போய்ச் சொன்னான்.

கிழவிக்குச் செய்தி திடீரென்று கிடைத்ததால் பிரமையைத் தவிர அழுகை வரவில்லை. சற்று வேகமாக நடந்தாள். சோமுப்பிள்ளையும் பின்தொடர்ந்தான். ரோட்டில் கிடந்த மூட்டைகளையும் ரத்தக் களரியையும் பார்த்ததும் "அட தம்பி! என் ஆசையா உனக்கு நமனா வந்துச்சு?" என்று வாயிலும் வயிற்றிலும் அடித்துக் கொண்டாள். அதற்குள் சோமுப்பிள்ளை ஸ்டேஷனுக்குள் போய் விசாரித்ததில் ஆஸ்பத்திரிக்கு எடுத்துக் கொண்டு போகப்பட்ட விவரம் கிடைத்தது. இருவரும் ஒரு வண்டியில் ஆஸ்பத்திரிக்குக் கிளம்பினார்கள்...

ஆஸ்பத்திரியில் ஒரே கூட்டம். சஸ்திர சாலைக்கு வெளியே இருந்த பெரிய ரூமில் ஆறு டாக்டர்கள் நின்றுகொண் டிருந்தனர். தாழ்வாரத்தில் அறைக்குள் எட்டி எட்டிப் பார்க்கும் ஆள் கூட்டம். டாக்டர் முகத்தில் நிமிஷங்களைக் கணக்கிடுவது போன்ற தோற்றம்.

படுக்கையில் பெரிய கட்டுகளுடன் கிடந்த கரும்பாயிரம் வெகு பிரயாசையுடன் ஒரு தரம் கண்விழித்துப் பார்ப்பான்; மறுபடியும் கண்ணை மூடுவான். "அம்மாயி" என்று மூச் செறிந்துகொண்டே திரும்பவும் கண்ணைத் திறப்பான்.

கிழவி வந்து சேர்ந்தாள். ஹோவென்று வரும் பெரும் மழையைப்போல், நோயாளியின் அறைக்கு டாக்டர்களுக்காவது இதரர்களுக்காவது அவளைத் தடுக்கத் தோன்றவில்லை.

"அட பாவிப்பையா! சேந்து சாப்பிடுவோமின்னு சொன்னதுக்கா இப்பிடி மோசஞ் செஞ்சுபூட்டே! கண்ணே கரும்பாயிரம்" என்று அலறினாள்; விம்மினாள். அவனைத் தொட்டுத் தொட்டுப் பார்த்தாள். கரும்பாயிரம் கண் திறக்கவில்லை. ஐந்து நிமிஷங்கள் சென்றன. "அம்மாயி! அம்மாயி!" என்ற கொஞ்சும் குரல் பேரன் வாயிலிருந்து வந்தது. பாட்டியின் முகத்தைப் பார்த்தான். ஆள் குறிப்பு

உணர்ந்தானோ என்னவோ! அவ்வளவு தான்... கிழவியின் துன்பம் கரை புரண்டு ஓடியது...

வெளியே தாழ்வாரத்தில் கரும்பாயிரத்தின் கதையைக் கேட்டவர்களில் சிலர், "கடவுளின் திருவுளம்" என்று பேசிக் கொண்டிருந்தார்கள்.

திருகு வில்லை

1-4-1935

நாலு நாளைக்கு முன்னால் ஒண்ணு நடந்து போச்சு; திருடனைத் தேள் கொட்டினாப் போல் தவிக்கிறேன். மனுஷாளுக்கு மறதி, புத்திஹீனம் இதுகளெல்லாம் சகஜந்தானே என்று சக்கரவட்டமாகப் பேசுவா. கத்தை கத்தையாகக் கருணை ததும்பும்படி கதை திரிப்பா. காரியத்தில்-? அவா வீட்டில் படுக்கை அறை ஓரணாச் சிம்மணி மட்டும் ஒண்ணு உடைஞ்சு போகணும் நடக்கிற ரகளையைப் பார்க்கணும்! 'அழும்பு, போக்கிரித்தனம், தடித் தனம், அஜாக்கிரதை' இந்த மாதிரி ஒரு அத்தியாயம் வசவு புறப்படும். இதான் லோகத்தில் இருக்கிற தமாஷ்!

போன வெள்ளிக்கிழமை எண்ணெய் முறை யோன்னோ? மூக்கிலெ காதிலெ இருக்கிறதையெல்லாம் ஞாபகமாகக் கழட்டி, வெள்ளி சோடா டம்ளரிலே போட்டு, சமைக்கற உள்ளே வச்சுட்டு, வெந்நீர் உள்ளே போய் ஒரு கை எண்ணெய் வச்சுக் கிண்டப்பத்தான் தலைப் பின்னலை அவுக்கவில்லை என்ற ஞாபகம் வந்தது. பின்னலை அவுத்து ஜடை பில்லையைப் பெறையிலே வச்சூட்டு எண்ணெய் தேச்சுக்கொண்டு ஸ்நானம் பண்ணினேன். அப்பறம் அந்த எழவை உள்ளே எடுத்துக் கொண்டு போக மறந்துவிட்டேன் போல் இருக்கு. சாயங்காலமாகத் தலை பின்னிக்கிறப் போத்தான் ஞாபகம் வந்தது. ஓடினேன் வெந்நீர் உள்ளுக்கு. பெறையைப் பார்த்ததும் வயத்துலே பகீர் என்றது. சொல்லவும் படல்லெ, மெல்லவும் படல்லெ. இல்லாத சந்தேகமெல்லாம் வந்துவிட்டது. ஒருவேளை உள்ளேயேதான் வச்சூட்டேனோ என்று கூட அஞ்சறைப்

பெட்டி முதல்கொண்டு அரைக்கால்படி குண்டான் வரையில் தேடிப் பார்த்துட்டேன். காணோம்.

ஒருவேளை நாட்டுப் பெண்ணுக்குப் பாடம் படிச்சுத் தரணும்னு மாமியார் எடுத்து ஒளிச்சி வச்சிருப்பாள் என்று நெனைச்சேன். ஆனால் கேக்கப்படுமா? ஒரு நாளாச்சு, ரெண்டு நாளாச்சு, இன்னியொடெ நாலு நாள் ஆயிடுத்து. எனக்குப் பயமாய் இருக்கு. திருகுவில்லை எங்கே என்று மாமியார் கேட்டால் என்ன பதில் சொல்றது? கெட்டுப்போச்சுன்னு சொன்னால் முழியைப் பிடுங்கிவிடுவாள்; என்ன செய்யறது?

இப்பொத்தான் தோணறது, நமக்கெல்லாம் நகை வேண்டாம்னுட்டு. அதுவும் இந்தப் புக்ககத்துக்காரர்கள் நகை இருக்கோ இல்லையோ, மடியிலே தேளைக் கட்டிக் கொண்டாப்பிலேதான்.... போறும், போறும் இந்த நகை எழவு...

2-4-1935.

நல்ல வேளை! இன்னிக்கு வரைக்கும் அந்தப் பேச்சே ஒத்தரும் எடுக்கல்லே. ரொம்ப யோசிச்சு யோசிச்சு ஒரு காரியம் இன்னிக்குப் பண்ணியிருக்கேன். என்னைப் போல அப்பாவுக்குப் பாக்கி ரெண்டு பெண்களும் தபால் எழுதிப்போட்டா ரொம்ப நன்னாயிருக்கும்! என் தபாலைப் பார்த்து அப்பா என்ன பாடுபடுவாரோ பணத்துக்கு? ஆனால் ஒண்ணு, தலையை அடகு வச்சானும் வாங்கி அனுப்பிவிடுவார். இந்த வீட்டு யோக்கியதை அவருக்குத் தெரியாதா? தவிர என் மேலே கடுகளவு பிரியங்கூட இல்லாமலா போகும்? மொதல் குழந்தையோ இல்லையோ!

இப்போ ஒரு யோசனை வந்திருக்கு. அப்பா அதைத் தபாலில் அனுப்பிச்சுவிட்டால் -! ஆனால் அவருக்கு இல்லாத மூளையா எனக்கு?

பார்ப்போம்.

5-4-1935

என்னைப் பிடிச்ச அதிருஷ்டம், மாமியார் ஊரிலே இல்லை. அவாள் மட்டும் வீட்டிலே இருந்தார். "அம்மா" என்று தபால்காரன் கூப்பிட்டதும் எனக்குக் கொஞ்சம் திக் என்றது. நான் அவர் ரெண்டுபேருமாகத் தெரு ரேழிக்குப் போனோம். மார் பட படவென்று எனக்கு அடிச்சுக்கிண்டது. "இந்தாங்கோ'' என்று ஒரு ரிஜிஸ்தர் பாக்கெட்டை என்கிட்டெக் குடுத்துக் கையெழுத்து வாங்கிக்கிண்டு தபால்காரன் போயிட்டான். என்ன ஆம்படையான் பெண்டாட்டி என்றாலும் சில சமயம் பயமாகத்தான் இருக்கு. ஐயோ ஈசுவரா! உள்ளே இருக்கிறது அவருக்குத் தெரியாமெ இருக்கணுமேன்னு பிரார்த்திச்சேன். இப்பிடி நெனைச்சுக் கிண்டிருக்கறப்பவே அவர், "அது என்ன? இங்கே குடு பார்ப்போம்'' என்றார். பளிச்சுனு ஒரு யோசனை தோணித்து. 'இந்தாங்கோ'' என்னு பார்சலை அவர் கிட்டெ குடுத்துவிட்டு, 'என்னவோ வெத்தலை மாத்திரையாம்; ரொம்ப ஓசந்ததூன்னு அப்பா அனுப்பி இருக்கிறார்'' என்று ஒரு போடு போட்டேன். இதுக்குப் பேர் பொய்யில்லெ! அடுத்தாத்து ராயர் சொல்றாப்போலெ, மானத்தைக் காப்பாத்திக்கிறது.

பார்செல் கயத்தை அறுத்து, மேல் துணியைக் கிழிச்சவர், "அரண்மனை பாய்சாப்'' என்று சொல்லி என் முதுகிலெ ஒரு தட்டுத் தட்டிவிட்டு, பாக்கெட்டை அப்படியே என் கிட்டெக் குடுத்துட்டார். அப்பாடா! நெஞ்சிலெ வச்சிருந்த பாறாங் கல்லைப் புரட்டினாப் போலே இருந்தது. உள்ளே போய்ப் பிரிச்சுப் பார்த்தேன். அப்பிடியே அஞ்சு அச்சும் உறிச்சு வச்சாப்பிலே இருந்தது. இதுக்குப் பணம் எங்கேதான் ஆகப் பண்ணினாரோ, அப்பா? இப்போத்தான் தெரியறது, 'பெண்ணோ புண்ணோ!' என்கிற வசனத்தின் பொருத்தம். போன உசுர் இன்னிக்கித்தான் எனக்குத் திரும்பி வந்திருக்கு.

8-4-1935

தமாஷாம் தமாஷ்! என்ன வேண்டியிருக்கு? விளையாட்டு வினையாகப் போகிற கதை எத்தனை கேட்டிருக்கிறோம்! போன மாசம் அடுத்த தெரு அம்மாளு தீர்த்தம் குடிக்கிறப்போ அவள் அத்தான் என்னவோ வேடிக்கையாகச் சொன்னானாம். உடனே அம்மாளுவுக்குப் பொறை போய் ரெண்டு நிமிஷம் பிரக்ஞையே இல்லாமல் போயிடுத்தாம். அதுமாதிரிதான் இருக்கு, இங்கேயும்.

முந்தாநாள் சாயங்காலம் மோட்டுத் தெருவுக்குக் கிளம்பற தூன்னு நிச்சயம் ஆகி இருந்துதா; நான் தலை பின்னிக்கொண்டு நிலைக்கண்ணாடிக்கு முன்னே நாக ஒத்தைப் போட்டுக் கொண்டிருந்தேன். எனக்கு எதிர்த்தாப்போலெ மேஜை மேலே புதுத் திருகுவில்லையும் தங்க மல்லிகைப் பூவும் இருந்தது.

நமக்குள்ளேதான் ஒரு வழக்கம் உண்டா? அந்த மாதிரித் தலைப் பின்னலுக்குப் பின்னாலே சின்னக் கண்ணாடி ஒண்ணெக் காண்பிச்சுப் பெரிய கண்ணாடியிலெ பின்னல் சரியாக அமைஞ்சிருக்கா என்னு அம்பத்தி அஞ்சாந் தடவை பாத்துக்கிண்டிருந்தேன் போல் இருக்கு. அறைக்குள்ளே இவர் நுழைஞ்சு வந்தது எனக்குத் தெரியாது. “கிளாவர் பின்னலோ ஆடுதன் பின்னலோ போட்டுக் கிண்டிருக்கயே; பின்னல் கமானுக்கு நடுவிலே திருகு வில்லையை வச்சுக்கிண்டாத்தானே நன்னா யிருக்கும். அதுக்கு என்னைப் போல ஒரு ஆள் போட்ட இடத்திலெ இருந்து சாமானை எடுத்துக்கிண்டு வந்து பத்திரப்படுத்தி வச்சு, எஜமானியம்மா கேட்டப்போ கொண்டுவந்து கொடுத்தா தாராளமா இரண்டு கையாலும்...” என்று வாக்கியத்தை முடிக்காமல் எனக்குப் பின்னாடியிருந்தே ஒரு திருகுவில்லையை மேஜை மேலே வச்சார், ரொம்ப நைச்சியமாய். எனக்குக் கோபம் வராமே கோவிச்சுக்கற வார்த்தை! அந்தத் திருகுவில்லையைப்

பார்த்ததும் என் மூஞ்சி கடுவன்பூனை மாதிரி ஆயிடுத்து. மேஜை மேலே இருந்த திருகுவில்லையைப் பார்த்ததும் அவர் மூஞ்சியும் சுண்டிப்போயிடுத்து. ஒரு அசட்டுச் சிரிப்புச் சிரித்தார். “ஏண்டி! அது ஏது?” என்றார்.

எனக்கு ஒரே கோபம். “நீங்க கெட்டிக்காரர்தான்; ஒடைமையிலே கண்ணுங் கருத்துமா இருக்கேள்; ஒப்புக்கறேன். ஒரு வாரத்துக்கு மேல் ஆகப்போறதே. அப்பவே சொல்லப் படாதோ?”

“என்ன அவசரம்? ஒனக்காக ஞாபகம் வந்து கேக்கறப்போ குடுக்கலாம்னு இருந்தேன்."

"நல்ல காரியம்! திருகுவில்லை தொலைஞ்சு போயிட்டுது என்னு நினைச்சுக்கொண்டு அப்பாவுக்கு எழுதி வேறெ ஒண்ணு வரவழைச்சேன். கெட்டுப் போச்சுன்னு ஒங்க அம்மாவுக்குத் தெரிஞ்சா என்னைக் கிழிச்சு மாலை போட்டுக் கொண்டு விட மாட்டாளா?"

“ஒங்கப்பா லக்ஷாதிகாரி.. அடுத்த வீட்டுக்காரி நகையை இரவல் வாங்கிக்கொண்டு வந்துவிட்டு அப்பா அனுப்பிச்சார் இன்னு விடாதே."

"போருமே ஒங்க பேச்சு; நீங்களே குபேரனா இருங்கோ... அன்னிக்கு அப்பா எனக்கு ஒரு ரிஜிஸ்டர் பார்சலை அனுப்பிக்க வில்லையா?”

"வெத்திலை மாத்திரை என்று சொன்ன ஞாபகமாய் இருக்கே."

"கெட்டுப்போனது தெரியப்படாதுன்னுதான் சொன்னேன்."

“அதுதான், ஒரு பிசகை மறைக்க ஒன்பது பொய் சொல்லவேண்டி வந்துவிட்டது. ஒரு வார்த்தை என்னைக் கேட்டிருந்தால் இவ்வளவு வம்பே வந்திருக்காது."

"ரொம்ப நிஜம், இப்பவே இந்தப் பாடு படறது, அப்போ ஒங்களைக் கேட்டிருந்தால், ஏ! அப்பா?”

அப்பாவுக்கு என்னாலே எவ்வளவு வீண் உபத்திரவம்! இத்தனைக்கும் இவர்தானே காரணம். இந்த வேதனையே மனசை அறுக்கறது. இப்போ இரண்டு நாளாக நான் அவரோடெ பேசல்லே. விளையாட்டுக்குக் கூட ஓர் எல்லையுண்டோ இல்லையோ?

விட்டுப் போன கதை

சுள்ளென்று என் உடலில் வெயில் உறைத்தது. ஜில்லென்று பச்சை ஜலம் காதிற்குள் இறங்கிற்று. கண் விழித்தேன்.

"காலையிலே ஒன்பது மணி வரையில் என்னடா தூக்கம்?" என்று தகப்பனார் டம்ளரும் கையுமாக நின்று மிரட்டினார்.

சூரியன் டம்ளர் தண்ணீரிலும் வானத்திலும் எரிந்து கொண்டிருந்தான். இரவு வைத்த லாந்தல் விளக்கு புகை சூழ்ந்து கிழப் பிராணன் போல் எதிரே துடித்தது.

"எழுந்திரு, எழுந்திரு" என்று அதட்டவே எழுந்திருந்தேன். மார்பின் மீதிருந்த பெரிய விக்கிரமாதித்தன் சரித்திரம் கீழே விழுந்தது. "முப்பத்து மூன்றாவது படிக்குக் காவலாகிய பெயரில்லாப் பதுமை சொல்லாத கதை" என்று ஆரம்பித்தேன். தகப்பனார் டம்ளரைக் கை நழுவ விட்டுத் திகைப்புடன் நின்றுவிட்டார். நான் அவருக்குச் சொன்ன கதைதான் இது:

1

தோசையைப் போல் சூரியன் உதயமான ஏழாவது நிமிஷத்தில், நானும் நீதி வாக்கிய மந்திரியாகிய நண்பனும் எழுந்து, தந்த சுத்தி ஸ்நானம் முதலியன செய்து, வழிபடு கடவுளைத் தொழுது, காபி கிளப், வெற்றிலை பாக்குக் கடை இவைகளுக் கெனச் சாஸ்திரங்கள் விதித்திருக்கும் தான தருமங்கள் செய்து, முதலாம் நம்பர் வீட்டுக் காம்பவுண்டை அடைந்து, கேட்டுக்குள் நுழையும் தருணத்தில் கைகொட்டிக் கலீரென்று சிரித்த சத்தம் கேட்டு, கண்ணை விரித்துப்

பார்த்தோம். கேட்டிலிருந்த பதுமை தலையை அசைத்து, கையைக் குறுக்கே நீட்டி, "எங்கே போகிறீர்?'' என்றது.

"வீடு பார்க்க.''

“விலைக்கா?''

"வாடகைக்கு.'

காம்பவுண்டுப் பதுமை கையைக் கொட்டிக் கன்னத்தில் வைத்துக் கொண்டு, "நில்லும், நில்லும். வீட்டுச் சொந்தக் காரருடைய முப்பத்திரண்டு குணாதிசயங்களில் பத்துக்கும் பழுதில்லாதவர்தான் இங்கே இருக்கத் தகுதி உடையவர். நீர் எப்படித் தகுதி உடையவராவீர்?'' என்று வினவிற்று?

"வாராய் காம்பவுண்டுப் பதுமையே! உங்கள் எஜமானருடைய குண வல்லபங்கள் தான் என்ன?'' என்றேன்.

“அப்படியானால் கேளும். அவர் இன்ன ஜாதி யென்று யாருக்கும் தெரியாது. ஆனால் அவருடைய நீண்ட கூர்மையான மூக்கு உண்டான முகூர்த்தத்திலேயே பிசுனாரித் தன்மையும் பிறந்திருந்தது. குடியானவர்களும் தனதானிய லக்ஷ்மியைப் பூஜிப்பவர்களும் கீழே சிந்திக் கிடக்கும் நெல்லையும் அரிசியையும் ஒவ்வொன்றாகப் பொறுக்குவதைப் பார்த்திருக்கிறோம். ஆனால் இவர் அதற்கு மேல் பத்து மடங்கு. பிள்ளையார் எறும்பு மொய்க்கக் கூடாதென்று வேண்டிக்கொண்டு நொய் போடுவார்களே அவற்றை எல்லாம் நாள் முழுவதும் சலித்து, ஒண்ணரைச் சிராங்காய் நொய்யாவது இல்லாமல் வீடு வந்து சேரமாட்டார்.''

இப்படி இருந்து வரும் நாளிலே, ஒரு நாள் ஊரெங்கும் அலைந்து திரிந்து, ஓர் எறும்புப் புற்றில் கூட நொய் காணாமல் சலித்து விசனத்தோடு வீடு வந்து சேர்ந்த போது நான் காவல் புரியும் இந்தக் கேட்டண்டை ஒரு புற்றுத் தென்பட்டது. எறும்புகள் சாரிசாரியாக, வெள்ளையாக

வாயில் எதையோ கவ்விக்கொண்டு மோட்டை நோக்கிச் சென்று கொண்டிருந்தன. தான் வருந்தி வணங்கும் ஸ்ரீதேவியின் மாபெருங் கருணையை வியந்துகொண்டு எறும்புகளின் வாயிலிருந்த பொருளைச் செட்டியார் பிடுங்கப் போனார்.

'செட்டுக்கும் எட்டாத செட்டியாரே, பராக்!' என்றேன்.

'நீ யார்?' என்றார்.

'நான் தான் இந்தக் காம்பவுண்டு மூங்கில் கதவைக் காத்து வரும் பதுமை. பொருள் விஷயத்தில் உங்களுக்கு இருக்கும் ஈடில்லாப் பற்றைக் கண்டு மோகித்துச் சம்பளம் இல்லாமல் உங்கள் வீட்டைப் பாதுகாக்கும் சேவகத்தை வலுவிலேயே மேற்கொண்டுள்ளேன். என் வார்த்தைக்குத் தயை கூர்ந்து, செவிசாய்க்க வேண்டும்' என்றது பதுமை.

அவர் தலை அசைத்தார்.

'எறும்புகள் கொண்டுபோவது நொய்யல்ல. பாட்டி பழமொழிப் பிரசித்தமான எறும்பு முட்டை. 'எறும்பு முட்டை கொண்டு திட்டை ஏறினால் மழை உண்டு.' மழையை எதிர்பார்த்து, நனையாத இடத்தில் முட்டைகளைப் பத்திரப் படுத்துவதற்காக எறும்புகள் எடுத்துப் போகின்றன என்பதை அறியீரா?'

"பதுமை சொன்னதை நம்பாவிட்டாலும் அதன் ஊழியத்தை மெச்சியோ என்னவோ எறும்புகள் வாயிலிருக்கும் முட்டைகளை விட்டுவிட்டு, கொழுமுனைக் கம்பி கொணர்ந்து எறும்புப் புற்றை நொய்யரிசிச் சேமிப்புக்காகத் தோண்டினார். அவருடைய புத்தி நுட்பத்தைப் பாருங்கள்! அரைச் சிராங்காய் குருணை புற்றின் அடியில் கிடைத்தது. அப்பேர்ப்பட்ட புத்தியும் யூகமும் இருந்தால் இங்கே நுழையலாம். இல்லாவிட்டால் இங்கே நுழையக் கூடாது" என்று பதுமை சொல்லி நிறுத்திற்று.

அதற்கு நான், "என் குணத்தில் பத்தில் ஒரு பங்கு தான் உங்கள் முதலாளிக்கு இருப்பதாகத் தெரிகிறது. அவர் நெல், அரிசி நொய்யோடு சரி. நானோ தெருவிலே கிடக்கும் ஒரு மிளகாய் விதை கூட விடாமல் பொறுக்கிப் பொடி செய்து, சூடு தணியக் கபாலத் தைலம் செய்து விற்பவனாயிற்றே, என்னிடம் அவர் ஜம்பம் சாயுமா?" என்றதும், காம்பவுண்டுப் பதுமை இருந்த இடம் தெரியாமல் ஒடுங்கிப் போயிற்று.

இருந்த போதிலும், பதுமையைக் கண்டு, கேட்ட திகைப்பைச் சமாளிக்க ஒரு சிமிட்டா பொடி நீதி வாக்கிய மந்திரியாகிய கெம்பனிடமிருந்து இரவல் வாங்கிப் போட்டுக் கொண்டு, வீட்டு வாசல் கதவண்டை போனேன். நீதி வாக்கிய மந்திரி, தோட்டம் என்று மங்கல வழக்காக அழைக்கப்பட்ட கட்டாந்தரையைச் சுற்றிப் பார்த்து வருகிறேன் என்று போய்விட்டார்.

2

வீட்டு வாசல் நிலையில் வலது காலை எடுத்து வைக்கப் போனபோது, "எங்கே போகிறீர்? நில்லும்" என்ற சத்தம் கலீரென்ற சிரிப்பின் ஒலியுடன் எழுந்தது. நான் திடுக்கிடாமல் மரம் போல் நின்றேன்.

"அகோ வாரும் பிள்ளாய், வீடு பார்ப்பவரே! வீட்டின் தெய்வ வஜீகரம் மிகுந்த எஜமானரின் எண்திசை விரிந்த பிரதாபத்தைக் காம்பவுண்டுப் பதுமை சொல்லக் கேட்டும் நீர் இங்கே வந்து நுழைய முயலுவதன் துணிவை என்னென்று சொல்வது? அதை யோசித்தால் காட்டில் எறித்த நிலவு போலும், கடலில் பெய்த மழைபோலும் இருக்கிறது" என்று அதட்டிற்று.

நெஞ்சின் ஒடுக்கத்திலிருந்த வார்த்தையைத் தேர் வடம் போட்டிழுத்து வெளியே கொணர்ந்து, "நீ யார்?" என்று கேட்டேன்.

"நான் தான் நிலைவாசல் பதுமை. எங்கள் எஜமானருடைய திவ்விய மனோபாவத்தில் லக்ஷத்தில் ஒரு பங்கேனும் இருந்தாலன்றி இந்த வாசலுக்குள் நுழையக் கூடாது. இந்திர லோகத்திலிருந்த நானே இவருடைய குணாரவிந்தத்தால் இழுக்கப்பட்டு, பரவசமாகி, இவருடைய வாசலைப் பாதுகாத்து வருகிறேன் என்றால் நீர் எம்மாத்திரம்? நில்லும் நில்லும்'' என்று கீச்சுக் குரலில் கர்ஜித்தது.

"வாராய், நிலைவாசல் பதுமையே! அவருடைய குணாரவிந்தத்தை விவரிக்க இயலுமா?'' என்றேன்.

"ஆயிரம் நாப் படைத்த ஆதிசேஷனே தவிக்கும் போது பதுமையான நான் விவரிப்பது குலாப்ஜான் ருசியை வயிற்று வலிக்காரனும், குயிலின் குரலைச் செவிடனும் வர்ணிப்பது போலாகும். இருந்தாலும் சொல்லுகிறேன். ஒருமையுள்ள மனத்தோடு கவனியும்'' என்றது.

“எங்கள் எஜமானர் ஸ்ரீதேவியின் பேரில் அபார மோகம் கொண்டிருந்தார் என்று காம்பவுண்டுப் பதுமை சொல்லிக் கேட்டிருப்பீர். அதன் காரணமாக அவர் வீட்டிலிருந்த இரும்பு, பித்தளையைக் கூடத் தங்கமாக்கிவிட வேண்டுமென்று தவித்துக் கொண்டிருந்தார். அப்போது உலக யுத்தம் ஏற்படவில்லை. ஆனால் தங்கம் செய்யும் சாமியார் ஒருவர் வந்து சேர்ந்தார். எங்கள் முதலாளிக்குச் சமமானவராகச் சாமியார் இருந்திருப்பாரோ என்னவோ, வீட்டில் நசுங்கிய பித்தளைத் தாம்பாளங்களும், துருப் பிடித்த ஆணிகளும் தவிர வேறொன்றும் இல்லை தெரிந்துகொண்டவுடனே பசையில்லாத வீடென்று மனத்தில் தீர்மானம் செய்துவிட்டார். ஆனால் வெளிப்படையாக, வேறு போக்குக் காட்டுவதற்காக, ‘வீட்டில் விளக்கு இல்லையே, என்ன செய்யமுடியும்?' என்று வருந்தினார்.

'தினம் மூன்று இலுப்பெண்ணெய் அகல்கள் எரிகின்றனவே' என்று திகைத்துப் பேசினார் ஸ்ரீதேவி வங்கிஷத்தில் மோகங் கொண்ட முதலாளி.

‘விளக்கென்றால், குல விளக்கு, அதாவது குழந்தை. குழந்தைதான் ரசவாதத்தின் ரகசியம்’ என்று பிரும்ம ரகசியத்தை அம்பலமாக்குவது போன்ற குரலில் சாமியார் சொன்னார்.

அப்போதுதான் தனக்குக் குழந்தையில்லையே என்ற துயரம் ஸோப் நுரை போல் வீட்டுக்காரருக்கு எழுந்தது. பெண்ஜாதி யுடன் ஒரு மகாமகம் குடித்தனம் செய்தும், புத்திரப்பேறு கிடைக்கவில்லையே என்ற ஏக்கம் உண்டாயிற்று.

‘அப்படியானால் என்ன செய்யலாம்’ என்று கேட்க, 'உம்முடைய மைத்துனனையேனும் வரவழைத்து வைத்துக் கொள்ளும், நான் பிறகு வருகிறேன்’ என்று சொல்லி விட்டு வந்த வழியே போய்விட்டார் சாமியார்.

அதன் பேரில் வீட்டுக்காரர் முகவஜீகரமுள்ள மனைவியுடன் மந்திராலோசனை செய்து மைத்துனனைக் கூட்டிவர வேண்டு மென்று முடிவு செய்தார்.

மைத்துனன் வந்தான். அவன் ஏழு வயதுப் பயல். கருங் குரங்கைக் கற்பித்த வேளையில் அவனையும் கடவுள் சிருஷ்டித்திருந்தார். இருந்த போதிலும் எஜமானனுக்கு அவன் மீது கட்டுக்கொள்ளாத அன்பிருந்தது. ஏனென்றால் காலையில் எழுந்திருந்து கருங்குரங்கைப் பார்த்தால் கனகம் வந்தடையும் என்று சகுன சாஸ்திரங்கள் முறையிடுவதாகக் கேள்விப் பட்டிருந்தார். கருங் குரங்கானால் என்ன, அதற்கு ஒப்பான மைத்துனனாக இருந்தால் என்ன?

ஏழு வயதுப் பையன் என்றால் சும்மா இருப்பானா? வீட்டிலே வைக்கும் சாமான் ஒன்றாவது வைத்த இடத்தில் இருப்பதில்லை. சொம்பு தவலையண்டை யிருந்தால் பிறகு கேணிக்குள் தான் கிடக்கும். சாக்கில் நொய் இருந்தால் பிறகு வீடெங்கிலும் தோன்றும். இப்படிப்பட்ட அட்டகாசம் செய்து வந்தான். தவிர, பையன் புது யந்திரமானபடியினாலே அகோரமான பசி. எதுவாயிருந்தாலும் சரி, மிஷின் அரைத்துவிடும். அரிசி, வெல்லம், பயத்தங்காய் ஆணி

முதலிய எதுவும் மிச்சம் இருப்ப தில்லை. தமக்கை சம்மதியுடன் கால் பங்கு, சம்மதி இல்லாமல் அரைப் பங்கு, திருட்டுத்தனமாக ஒன்றரைப் பங்கு - இப்படி எல்லாப் பொருள்களையும் ஸ்வீகாரம் செய்துகொண்டான். முதலாளிக்கும் அவர் மனைவிக்கும் வருத்தம் என்ற நிலை தாண்டித் தொந்தரவு என்ற நிலை ஏற்பட்டது.

இப்படி இருக்கும்போது ஒரு நாள் எஜமானன் மனைவியைப் பார்த்து, ‘முறுக்குச் செய்து வை. தின்று ரொம்ப வருஷமாயிற்று’ என்றார். காலையிலும் இரவிலும் கம்பஞ் சாதத்துக்குப் பிறகு அவருக்கு ஏதேனும் தீனி வேண்டும். தீனி என்று சொல்வது வறுத்த பயிறு, மொச்சை, வேர்க்கடலை முதலியன. கடலை எண்ணெய்ப் பக்ஷணம் தின்று உண்மையிலே மூன்று வருஷமாவது இருக்கும். முறுக்குச் செய் என்று சொன்னதில் மனைவிக்குக் கூட வியப்பாயிருந்தது. 'ரொம்ப அடாபிடியாகச் செய்துவிடாதே!' என்று கணவர் செய்த எச்சரிக்கையை அநுசரித்து, செட்டாக இருபத்தைந்து முறுக்குச் செய்து வைத்தாள்.

முதல் நாள் இவர் ஒரு முறுக்குத் தின்றார். மறுபடியும் முறுக்கைப் பற்றிய நினைப்பு மூன்றாம் நாள் இரவு கம்பஞ் சாப்பாட்டுக்குப் பிறகுதான் உண்டாயிற்று.

‘பெண்ணே! இரண்டு முறுக்குக் கொடு’ என்றார்.

மனைவி உள்ளே போய்ச் சட்டியைத் திறந்து பார்த்தாள்.

காலணாவுக்குக் கிடைக்கும் நெய்ப் பொடி அளவு முறுக்குப் பொடி பாத்திரத்தின் அடியில் தூங்கிக் கொண்டிருந்தது. பனை ஓலை வீட்டில் நெருப்புப் பிடித்தாற் போல் அவளுக்குத் திகீரென்றது. முறுக்குத் தீர்ந்து போன வயிற்றெரிச்சலைக் கணவனிடம் கொட்டினாள்.

'அவ்வளவு முறுக்கும் என்னவாயிற்று?' என்று கேட்டார்.

‘நீங்கள் தின்றது ஒரு முறுக்கு, நான் திண்றது இரண்டு, தம்பி தின்றிருக்க வேண்டியது இருபத்து மூன்று.’

'குருணி கறக்கற மாடானாலும் கூரையைப் பிடுங்கற மாடு உதவாது. பையனும் வேண்டாம், இரும்பு தங்கமாகவும் வேண்டாம். நாளைக்கே அவனை அனுப்பிவிட வேண்டும்' என்று சத்தமிட்டார். ‘ஏதோ குழந்தை என்றால் அப்படித்தான் இருக்கும்.' 'நமக்கு அப்படி வேண்டாம்.'

‘அதனால்தான் கடவுள் நம்மை இப்படி வைத்திருக்கிறார்.'

‘ஒன்றும் குடி முழுகிப் போகவில்லை. விதைக் கோட்டையில் எலியை வைத்தது போலும், புதுத் தாளில் ஊதுவத்தியைக் கொளுத்தி வைத்தது போலும், கீரைப் பாத்தியில் பூச்சியை விட்டது போலும்... போதும் போதும்' என்றார்.

மறுநாள் பையனை ஊருக்கு அனுப்பிவிட்டார்.

இந்த மாதிரியான குணமிருந்தால் இந்த வாசற்படியில் நுழையலாம், இல்லாவிட்டால் கூடாது’’ என்று நிலைவாசல் பதுமை சொல்லி நிறுத்திற்று.

"பூ! இவ்வளவுதானே? அவராவது தீனிக்கு ஆசைப் படுகிறார். நான் சாப்பிடுவதே வாரத்துக்கு ஒரு தடவைதான்’’ என்று சொல்லிக்கொண்டே உள்ளே நுழைந்து விட்டேன்.

3

வீட்டுக்குள்ளே பார்ப்பதற்கு ஒன்றும் இல்லை. அறையா அடுப்பங்கரையா, ஒன்றையும் காணவில்லை. வெறும் கூடம், அங்குமிங்கும் தோண்டிக் கிடந்த கூடம். நான்பாட்டுக்குக் கூடத்தைக் கடந்து கொல்லை வாசலுக்கு வந்தேன்.

"இரண்டு பதுமைகளும் சொன்ன குணப் பிரதாபங்களைக் கேட்டிருந்தும், இங்கே வந்ததன் வயணமென்ன? நில்லும்... நில்லும்...’’ என்றது கொல்லை வாசல் பதுமை.

"வீடு பார்க்க வந்தேன்'' என்றதும் குப்பைத் தொட்டியைக் குச்சியால் தட்டினதுபோல் ஒலிக்கச் சிரித்து, ''எங்கள் எஜமானரைப் போல் பணம் சம்பாதிப்பதில் கருத்துடையவரானால் இங்கிருக்கத் தகுதியுண்டு, இல்லாவிட்டால் நடையைக் கட்டும்!'' என்றது.

"இருக்கட்டும், வாடகை என்ன?'' என்றேன்.

'இருபத்தைந்து சொல்லி உங்களுக்காகப் பதினைந்து.'

நான் நசுங்கின ஈயச் செம்பைப் போல் இளித்துக் கொண்டே, "இந்த வீட்டில் குடியிருக்க வேண்டுமென்றால், வீட்டுக்காரர், மாதம் அரை ரூபாயும் வெற்றிலை பாக்கும் கொடுத்து விளக்கேற்றிக் கொண்டிரும் என்று சொல்ல வேண்டியிருக்க, பதினைந்தா வேண்டும்?'' என்று கேட்டு விட்டுக் கொல்லை வாசல் வழியாகக் கம்பி நீட்டினேன். நீட்டும் பொழுது சூரியன் மேற்கே அஸ்தமனமாகி விட்டதால், சாயம் சந்திகூடச் செய்யாமல் விதிப்படி போஜனம் முடித்துத் தாம்பூலம் தரித்து எங்கள் வீட்டு அவரைப்பந்தலின் கீழ் மூட்டைப் பூச்சிக் கட்டிலில் கண்ண யர்ந்தேன்...

"கதை வெகு நன்றாயிருக்கிறது, பல்லைத் தேய்த்து வா'' என்றார் தகப்பனார்.

சிங்கக் குட்டி

வேதாரண்யம் கடற்கரைக்குப் போகும் உப்புச் சத்தியாக் கிரகிகள் எங்கள் ஊருக்குள் அடுத்த நான்காம் நாள் நுழையப் போகிறார்கள். எங்கள் ஜில்லாவுக்குள் நுழையும் முன்பே, "தொண்டர்களுக்குத் தங்க இடமும், நிற்க நிழலும், குடிக்க நீரும் கொடுத்து உதவுபவர்கள் குற்றவாளிகளாவார்கள்'' என்று கலெக்டர் ஒரு சுற்றறிக்கையை அனுப்பிவிட்டார். அவ்வவ் விடத்தில் குற்றம் செய்தவர்களைக் கண்டுபிடிக்கத் தகுந்த ஏற்பாடுகள் செய்யப்பட்டிருந்தன.

தாசில்தார் ஈசுவர ராவுக்கு அந்தச் சுற்றறிக்கை கொஞ்சம் சங்கடம் செய்தது. அதற்குக் காரணம் ஜகதீசராவ் என்ற தம்பியும், ஜஸ்வந்தராவ் என்ற பதினைந்து வயதுள்ள தம் பிள்ளையும். பிள்ளைக்குச் சிற்றப்பாவின் மீது அபாரப் பிரேமை. அவன் சுதந்தரம், விடுதலை என்று கெடுபிடியாக யாருடனும் தேசீய விஷயமாக வாதாடுவது அவருக்குப் பரம ஆச்சரியமாக இருந்தது. எனவே கதர்க் குல்லாயும், காந்தி சவுக்கமும், வேஷ்டியும் அணியாமல் ஜஸ்வந்தராவைப் பார்ப்பது அரிதாகி விட்டது.

இந்தப் பிரேமையின் பலனாக ஜஸ்வந்துக்கு, "குட்டி காந்தி'' என்ற பெயர் வந்துவிட்டது. "குட்டிகாந்தி''க்கு ஒரு தொண்டர் படை உண்டு. தொண்டர்களுக்கும் தலைவருக்கும் வேலை வேண்டாமா? ஒவ்வொரு நாள் மாலை நேரத்திலும் தாசில்தார் வீட்டுத் தோட்டத்தில் பையன்கள் எல்லோரும் கூடுவார்கள். தொண்டர் படை இரு வகுப்பாகப் பிரியும். ஒரு வரிசையின் முதலில் குட்டிகாந்தி நிற்பான். எதிர்ப்புறத்து வரிசையில் போலீஸ்காரன் போல் சட்டை அணிந்தவர்களும், வெள்ளைக் காரரைப் போல் அட்டையால் ஹாட் செய்து போட்டுக்

கொண்டவர்களும், மூங்கில் கழியைத் துப்பாக்கி போல் தோளில் சாத்திக் கொண்டு சிப்பாய்களாக விளங்குபவர்களும், காதில் பேனாவைச் செருகிக் கொண்டு நிற்கும் குமாஸ்தாக்களும், பட்லர்கள் போல் வேஷம் தரித்தவர்களும் நிற்பார்கள். குட்டி காந்தி, "மகாத்மா காந்திக்கு ஜே" என்று கத்தினவுடன் இரு வரிசையும் சண்டை போடுவதுபோல் கலக்கும். கடைசியில் குட்டி காந்தியின் கட்சி எப்படியோ ஜயித்துவிடும். இந்த விநோதமான சுதந்தரப் போரைக் கண்டு களிப்பவர் ஒருவர் உண்டு ஜஸ்வந்தின் சிற்றப்பா! இவ்வளவுக்கும் தாம் மூல காரணம் என்ற பெருமை!....

உப்புச் சத்தியாக்கிரகிகள் எங்கள் ஊருக்கு வருவதற்கு முதல் நாள் சிற்றப்பாவினிடம் குட்டிகாந்தி ஓடிவந்தான்.

"ஏன் சித்தப்பா, உனக்குத் தைரியம் உண்டா இல்லையா?" சிற்றப்பாவுக்குப் பதில் சொல்லத் தெரியவில்லை. இருந்தாலும், "ஏண்டா?" என்றார்.

"நீதான் சி. ராஜகோபாலாச்சாரியார் எல்லாம் வரார் இன்னியே. அதுக்காக இன்னிக்கு மொதல் தோட்டத்திலே சத்தியாக்கிரகச் சண்டை இல்லை"

"சரி, வேண்டாம்."

"கவர்மென்டிலே அவாளுக்கெல்லாம் ஜலம், சாதம் ஒண்ணும் கொடுக்கப்படாதுன்னு சொல்லிவிட்டாளாமே."

'ஆமாம்.'

"நம்ப ஊரிலே யாரு குடுத்தாலும் சரி, குடுக்காட்டாலும் சரி. நம்ப சத்தரத்திலே சொல்லி அவாளுக்குச் சாதம், ஜலம் எல்லாம் சப்ளை செய்யணும்."

இதைக் கேட்டதும் காலண்டை வெடிகுண்டு வெடித்ததைப் போன்ற பயம் சிற்றப்பாவுக்கு உண்டாயிற்று. ஆனால் சிறு வாண்டுக்கு முன் அதைக் காட்டலாமா?

"போடலாம். அங்கே தள வரிசை யெல்லாம் பெயர்ந்து கிடக்கேடா? எடமில்லையே. அதற்காக யோசிக்கிறேன்."

"சத்தரத்துத் தோட்டத்திலே போட்டாப் போச்சு. ஷோக்கா இருக்குமே."

இந்த இடத்தைக் குறிப்பிட்டவுடன் எலிப்பொறியில் அகப்பட்டுக் கொண்டது போல விழித்தார் சிற்றப்பா.

“அப்பா கவர்மென்டு உத்தியோகஸ்தர். அவருக்குப் பிளாக் மார்க் விழுமே; யோசிக்க வேண்டாமா?"

“அதுக்குத்தான் மொதல்லியே கேட்டேன். உனக்குத் தைரியம் உண்டா இல்லையா என்று. கோடியாத்துச் சங்கரன் சித்தப்பாகூட ஒரு தொண்டராம். அவர் ஒன்னைவிடச் சின்னவர். நீ என்னவோ சாதம் போடப் பயப்படறே" என்று சொல்லி விட்டுக் குட்டி காந்தி மோவாய்க்கட்டையை முன்புறம் தள்ளினான். அவனுடைய சிஷ்யன்கள், “மகாத்மா காந்திக்கு ஜே" போட்டார்கள். “பாருடோய் ஜஸ்வந்த் சித்தப்பாவை" என்று ஒருவரை ஒருவர் முழங்கையால் இடித்தார்கள். கண்களை ஹாஸ்யமாகச் சிமிட்டினார்கள்.

"பாருடோய்" என்று பையன்கள் சொல்லியது சிற்றப்பாவின் காதைவிட்டு அகலவில்லை. எது வந்தாலும் சரி; சத்திரத்தில் ஏற்பாடு செய்து விடுகிறது என்று தீர்மானம் செய்து கொண்டார் சிற்றப்பா.

2

தொண்டர்கள் வந்துவிட்டுப் போன மூன்றாவது நாள்.

“ஏனப்பா ஜகதீசா! இந்தச் சங்கடத்தில் கொணாந்து விட்டுட்டியே?" என்றார் தாசில்தார்.

"நீ நம்ப சத்திரத்திலே அந்த உப்புச் சண்டைக் காரர்களுக்குச் சாப்பாடு செய்து வைத்தாயாமே?"

"என்ன குத்தம்? காக்காய்க்கும் சோம்பேறிகளுக்கும் தேசாந்தரிகளுக்கும் போடலாம்; இவாளுக்குப் போடப்படாதா?"

"இப்படி அசட்டுப் பொஸ்தகமும் தத்துவமும் படிச்சு என் வேலைக்கு ஆபத்துக் கொணாந்தூட்டே."

"பெசகுதான், அண்ணா, இதை அமிக்கிப்பிட்டேன் போலீஸிலே சொல்லி."

"அது முடியாதப்பா... போலீஸ் உன் புத்தக அலமாரியைச் சோதிச்சுப் புஸ்தகங்கூட எடுத்துக்கிண்டு போயிட்டா." புஸ்தகங்களைப் போலீஸார் எடுத்துக் கொண்டு போய் விட்டார்கள் என்று கேள்விப்பட்டதும் சிற்றப்பாவின் நாடி தளர்ந்து போய்விட்டது.

"வாஸ்தவமா எனக்கு இதிலெல்லாம் சம்பந்தமில்லை; ஜஸ்வந்தைக் கேக்கணும்."

"உன் சிஷ்யன் தானே அவன்?'

"இப்பொ இல்லை. இப்பொ அவன்தான் குரு. இந்தத் தெரு அத்தனை பசங்களும் சிஷ்யன்கள்."

"அதிகப் பிரசங்கிகள்!" என்று பொதுப்படையாகச் சொல்லி விட்டு, தின்னும் உப்புக்குத் துரோகம் செய்வதில்லையென்று முடிவு செய்துகொண்டார் தாசில்தார்.

3

ஈரங்கி தினம். சப் மாஜிஸ்திரேட் கோர்ட்டில் எள்ளுப் போட்டால் எள்ளு விழாது. லொட லொட என்ற வாய்வீரமும், கெக்கெக்கே என்ற பொழுது போக்குச் சிரிப்பும்.

தாசில்தாரின் உள்ளம் தூண்டிற் புழுவைப் போல் துடித்துக் கொண்டிருந்தது. சாட்சி சொல்லிவிட்டு ஓடிப் போய்விட்டால் போதும் என்று ஆகிவிட்டது. கவர்மென்ட் தரப்பில் தாசில்தார்! குற்றவாளிக் கூண்டில் அவர் தம்பியும் குட்டி காந்தியும்!

வாதி தரப்புச் சாட்சியம் முடிந்துவிட்டது - தாசில்தார் வாக்கு மூலம் உள்ளது உள்ளபடியே இருந்தது. மாஜிஸ்திரேட் மூக்குக் கண்ணாடியை நெற்றிக்கு ஏற்றினார்.

"வாதி சாட்சியம் கேட்டீர்களே என்ன சொல்லுகிறீர்கள்?" என்றார்.

ஜகதீச ராவ்: "ஏதோ தெரியாமல் செய்துவிட்டேன். மன்னிப்புக் கோருகிறேன்."

மாஜிஸ்திரேட் குட்டி காந்தியைப் பார்த்து "நீ என்ன சொல்லுகிறாய்?" என்றார்.

ஜஸ்வந்த் ராவ்: "இந்தக் கச்சேரியின் அதிகாரத்தை நான் ஒப்புக் கொள்ளவில்லை. சத்திரம் கட்டிவைத்தால், தண்ணீர்ப் பந்தல் வைத்தால் புண்ணியம் என்கிறார்கள். நேற்றைத் தினம் உங்கள் வீட்டார் கோவிலில் அன்னப் பாவாடை போட்டார்களாம். நான் செய்ததில் என்ன குற்றம்?"

மாஜிஸ்திரேட்டின் கண்கள் சிவந்தன. ஆதி முதற் கொண்டு மாஜிஸ்திரேட்டுக்குத் தர்மசங்கடமாயிருந்தது. மன்னிப்பைக் கேட்டதும் அது மாறிப்போய் விட்டது. ஆனால் அடுத்தாற் போல் குட்டிகாந்தியின் பேச்சு அவரை வேர்க்கச் செய்தது.

"சரி, சாட்சி உண்டா?" என்று சீறினார்.

"கடவுள் சாட்சி. வேறு இல்லை" என்றான் குட்டி காந்தி.

மாஜிஸ்திரேட் தீர்ப்புக் கூறி முதல் குற்றவாளிக்குப் 10 ரூபா அபராதம் விதித்தார். அது கொடுபட்டது. ஜஸ்வந்துக்கு 100 ரூபாய் அபராதம் அல்லது மூன்று பிரம்படி. யாரோ

கூட்டத்திலிருந்து கோர்ட் குமாஸ்தாவிடம் 100 ரூபாயை நீட்டினார்.

"அதை வாங்க உமக்கு அதிகாரம் இல்லை. நான் அபராதம் செலுத்தவில்லை" என்றான் ஜஸ்வந்த்.

மாஜிஸ்திரேட் முதலில் திகைப்படைந்தார்.

4

வீட்டின் வாசல் ரூமில் தாசில்தார் தனிமையில் கலங்கிய முகத்துடன் உட்கார்ந்திருந்தார். நிமிஷத்துக்கு ஒரு தரம் தலையை எடுத்துப் பார்த்தார், தெருப்புறம்.

சில நிமிஷங்கள் சென்றன; "அச்சமில்லை, அச்சமில்லை" என்று பாடிக்கொண்டே வீட்டுக்குள் நுழைந்தான் ஜஸ்வந்த். பிள்ளையை நேரே தலையெடுத்துப் பார்க்க முடியவில்லை. பையன் வீட்டுக்குள் சென்றபோது அவனுடைய முதுகில் பரமசிவனார் சூலம் போல் தழும்புகள் தென்பட்டன.

அன்றைத் தினத்து அந்தித் தபால் தாசில்தாரின் ராஜீநாமாவைத் தாங்கிச் சென்றது.

கிட்டாத ஜெயில்

பி.ஏ. பரீக்ஷை தேறியாகி விட்டது. காலேஜில் வாசிக்கும் நாட்களில் ரொம்ப கெட்டிக்காரன் என்று பெயர். பரீட்சைக்குப் போன வருஷமெல்லாம் ராஜதானியிலேயே முதலாவதாகத் தேறினான் என்பது வாஸ்தவம். ஆனால் இப்போது அந்தப் பெருமைகளால் என்ன பிரயோஜனம்?

பரீட்சை தேறிய பிறகு எப்படி உத்தியோகத்தைச் சம்பாதிக்கிறது, எந்த உத்தியோகத்தைப் பொறுக்கி எடுக்கிறது? இந்த விஷயங்களைப்பற்றி யெல்லாம் ஒரு புஸ்தகத்திலும் ஒன்றும் எழுதப்பட்டிருக்கவில்லை. காலேஜ் ஆசிரியர்களும் ஒன்றும் சொல்லிக் கொடுக்கவில்லை. இந்த நிலையில் என்ன செய்வது என்பது சோமுவுக்குப் பெரிய பிரச்னையாகி விட்டது. அன்றிரவே சென்னைக்கு டிக்கெட் வாங்கிக்கொண்டு ரெயிலேறினான்.

மறுநாள் காலை சென்னை ஹோட்டல் ஒன்றில் ஓர் அறை அமர்த்திக் கொண்டான். அன்றுமுதல் ஒவ்வோர் ஆபீசாக நுழைந்து திரும்பினான். சில ஆபீசுகளிலே இவன் நுழையும் படியான சிரமங்கூட வைக்கவில்லை. வாசலிலேயே, 'வேலை காலியில்லை' என்று எழுதி ஒட்டியிருந்தது. சோமுவின் மனத்திலே சோர்வு ஏற்படத் தொடங்கினாலும் நம்பிக்கை போய்விடவில்லை.

இதற்கிடையில் ஓட்டலிலே தங்கியிருந்த ஒரு 'தோழரி'ன் நட்புச் சோமுவுக்கு ஏற்பட்டது. தோழர் ரொம்பத் தீவிரவாதி. ஒவ்வொரு நாள் இரவும் சோமு தோழரைச் சந்திப்பான். தோழர் ரொம்பப் பெரிய விஷயங்களைப் பற்றியெல்லாம் உபதேசம் செய்து காட்டுவார். அபேதவாத தத்துவத்தை

அலக்கலக்காகப் பிரித்துக் காட்டுவார். சோமு காலேஜில் வெகு கெட்டிக்கார மாணவன் என்று பெயர் பெற்றிருந்தும், இந்த நவீன யுகத்தின் வேதங்களைப் பற்றியோ புது யுகத்தின் ரிஷிகளான மார்க்ஸ், லெனின் இவர்களைப் பற்றியோ ஏதும் படித்த தில்லை. தோழர் பேச்சிலே ஒரு புதுமையும் தன்னம்பிக்கையும் தொனிக்கும். பிரசங்கம் முடிந்த பிறகு, "இன்னிக்குச் சமாசாரம் என்ன?" என்று கேட்பார் தோழர்.

ஆரம்பத்தில் கொஞ்ச நாள் வரையில் தான் போய் வந்த இடங்கள், அங்கே நடந்த விவரங்கள் இவைகளைப் பற்றி யெல்லாம் சோமு சொல்லி வந்தான். இப்போது அதெல்லாம் சொல்வதில்லை. கேள்வி கேட்டவுடனே உதட்டைப் பிதுக்கி விடுவான்.

இந்தச் சிநேகிதம் ஏற்பட்ட பிறகு சோமு பல அபேதவாதப் புஸ்தகங்களையெல்லாம் படிக்க ஆரம்பித்தான். அதன் காரணமாக அவன் மனத்தில் புதுப் புது எண்ணங்களெல்லாம் உண்டாகி விட்டன. இருந்தாலும் வேலை தேடும் காரியத்தை மட்டும் மறந்து விடவில்லை.

இப்படியே பின்னும் ஒரு மாதம் ஆயிற்று. வேலை கிடைக்காது என்று நிச்சயமாகத் தெரிந்து போய்விட்டது. தன் தோழருடைய பிரசங்கமோ அபேதவாதத்தின் இன்பகரமான கனவுகளோ யாதொன்றும் கவைக்கு உதவவில்லை. அடுத்த நாள் இரவோடு சாப்பாட்டு டிக்கெட் ஆகிவிடும். அதற்கப் புறம்? பணம் கேட்டு வாங்கக்கூடிய நண்பர்களையெல்லாம் கேட்டு வாங்கியாகி விட்டது. தோழரிடம் எதிர்பார்ப்பதில் பயன் ஏற்படாது. பின்னே போகிற வழி? இந்த யோசனைகளில் மனசு செல்லச் செல்லச் சோமுவுக்கு ஒரு திகைப்பு ஏற்பட்டது. இந்தத் திகைப்புக்கிடையில் தன் துயரம் தீர வழி தென்பட்டது. கெட்ட வழி! ஆனால் வாழ்க்கை மட்டும் கெட்டதாக இல்லாமல், இனிப்பாகவா இருக்கிறது? தவிர இந்த வழியைக் கடைப் பிடித்தால் அரசாங்கத்தார் கூட வேலையில்லாப் பிரச்னையைப் பற்றி உடனே

கவனிக்க வேண்டி நேரிட்டுவிடும். அப்போது தன்னைப் போன்ற நிலையிலுள்ள இதர வேலையில்லாதவர் களுக்கும் விமோசனம் ஏற்படும். அபேதவாதமும் ஓரளவுக்கு வெற்றி பெறும் என்றெல்லாம் அவனுக்குத் தோன்றிற்று. இந்த வழி மூளையில் உதயமானவுடன் மனத்திலிருந்த திகைப் பெல்லாம் கரைந்து போய்விட்டது. மறு விநாடி மிக அமைதியான மனத்தோடு ஹோட்டலுக்கு வரும் ஹிந்துப் பத்திரிகையை எடுத்துப் பிரித்தான்.

ஒரு ரஸமான செய்தி கண்ணில் தட்டுப்பட்டது. வேலூர் ஜெயிலிலே ஒரு விளையாட்டு மைதானம் அமைத்திருக்கிறார்கள் என்று கண்டிருந்தது. இந்தச் செய்தி கூடத் தன்னுடைய தீர்மானத்துக்கு அநுசரணையாக இருந்ததைப் பார்த்ததும் அவனுடைய தீர்மானம் உறுதிப்பட்டதுமல்லாமல் தன்னையும் மீறிய மகிழ்ச்சி ஒன்று மனத்தில் தோன்றிற்று.

மூன்றாவது நாள் காலை பத்தரை மணி இருக்கும். குல்லாய், நெக்டை, கோட் சகிதம் சோமு சைனா பஜார் தெருவில் ஒரு கடையில் நுழைந்து சோப்புப் பெட்டியும் கழுத்துப் பட்டை ஒரு பெட்டியும் எடுத்துச் சோதித்துக் கொண்டிருந்தான். கிருஸ்துமஸ் காலமானதால் கடையில் கூட்டம் அதிகம். இவர் ஏதோ கழுத்துப்பட்டைகளைப் பார்த்துக் கொண்டிருக்கிறாரே என்று கடை ஆள் வேறு வாடிக்கைக்காரர்களைக் கவனிக்கப் போய் விட்டான். சோமு பாட்டுக்குச் சாமான்களை எடுத்துக்கொண்டு கம்பீரமாகக் கம்பி நீட்டினான்.

ஒரு நிமிஷம் ஆயிற்று. கடைச் செட்டியாரும் கடை ஆளும் பார்த்தார்கள். கழுத்துப் பட்டை ஆசாமியைக் காணவில்லை. செட்டி கடை ஆள் வெளியே வந்து அங்குமிங்கும் பார்த்தான். சோமு யானை மாதிரி கம்பீரமாக அசைந்தாடிக் கொண்டு போனான். ஒரே தாவாகத் தாவி, சோமுவைப் பிடித்துப் போலீஸ்காரனிடம் இழுத்துக்கொண்டு போனான். கோட்டு, கழுத்துப்பட்டை சகிதமுள்ள ஓர் இளைஞனை ஓர் ஆள் இழுத்துக்கொண்டு போவதென்றால் சென்னையில் கூட்டம்

சேர்வதற்குக் கேட்கவேண்டுமா? கூட்டம் சேர்ந்துவிட்டது. ஆளுக்கு ஒரு விதமாகப் பேசினார்கள். ''சட்டை கிட்டை போட்டுக்கினு திருடற பசங்களே ஜாஸ்தியாப்பூட்டானுக'' என்பது பலருடைய அபிப்பிராயம். போலீஸ்காரன் கைக்கு வந்தவுடனே அவன் சோமுவையும் கடை ஆசாமியையும் அழைத்துக்கொண்டு ஹைகோர்ட்டுப் போலீஸ் ஸ்டேஷனுக்குப் போய்விட்டான்.

அன்று மாலை சென்னைத் தினசரிப் பத்திரிகைகளெல்லாம் இந்தச் செய்தியைக் கொட்டை எழுத்தில் பிரசுரித்தன. பட்டப் பகலிலே பஜாரிலே பசுப் போன்ற கனவான் ஒருவரால் அல்லவா அந்தக் காரியம் செய்யப்பட்டது!

பதினைந்து நாள் கழித்து ஜார்ஜ் டவுன் போலீஸ் கோர்ட்டில் கேஸ் விசாரணைக்கு வந்தது. வாதி தரப்புச் சாட்சிகளை எல்லாம் விசாரணை செய்தாகிவிட்டது. கோர்ட்டார் குற்றவாளியைப் பார்த்து, "சாட்சிகள் சொல்வதைக் கேட்டீரே. என்ன சொல்கிறீர்?" என்ற வழக்கமான கேள்வியைக் கேட்டார்.

"ஒரு சுருக்கமான வாக்குமூலம் எழுதி வைத்திருக்கிறேன். அதைப் படித்துவிட்டு, தாக்கல் செய்துவிடுகிறேன்; அநுமதி தரவேண்டும்'' என்றான் சோமு.

''சரி'' என்றார் மாஜிஸ்திரேட்.

''என்னைப் போன்ற வேலையில்லாத் திண்டாட்டக் காரர்களைப் பற்றி அரசாங்கத்தார் உடனே கவனம் செலுத்தா விட்டால், என்ன நிலைமை ஏற்படக்கூடும் என்பதைக் காட்டுவதன் மூலம் அரசாங்கத்தார் கவனத்தை இழுப்பதற்காகவே இந்த மாதிரி செய்தேன். குற்றம் என்பது வாஸ்தவம். ஆனால் வேறு வழி இல்லை. எந்தத் தண்டனை விதித்தாலும் சரி. ஒரு வேண்டுகோள்! வேலூர் ஜெயிலுக்கு அனுப்பும்படி சிபார்சு செய்யவேண்டுமென்று கேட்டுக் கொள்கிறேன்'' என்று படித்து முடித்தான்.

"வேலூர் ஜெயிலிலே என்ன அவ்வளவு விசேஷம்!" என்றார் மாஜிஸ்திரேட்.

"அங்கே பல வசதிகள் இருக்கின்றன. சாப்பாடு, ரேடியோ, விளையாட்டு மைதானம் இவ்வளவும் இருக்கின்றன. வெளியிலே வெகு பாடுபட்டு அநுபவிக்கக் கூடிய சுகத்தையெல்லாம் சுலபமாக உழைப்பில்லாமல் உள்ளேயிருந்து அநுபவிக்கலாம்."

"ஆனால் விளையாட்டு மைதானமெல்லாம் கூடாது என்கிறீரா?" "அவசியம் இருக்கவேண்டும். காங்கிரஸ் கவர்ன்மெண்டிலே கைதிகளுக்கு நடக்கும் உபசாரத்தைக் கண்டு தான் நான்கூட இந்தக் காரியம் செய்யத் துணிந்தேன்."

மாஜிஸ்திரேட்டுக்குச் சிரிப்புத் தாங்கவில்லை. சோமு ஒரு மாதிரிப் பேர்வழி. புஸ்தகத்தைப் படித்து மூளையைக் குழப்பிக் கொண்ட ஆசாமி என்ற எண்ணமிட்டுக் கொண்டே, ஜட்ஜ்மெண்டு எழுதப் பேனாவைக் கையில் எடுத்துக் கிறுகிறுவென்று தீர்ப்பு எழுதினார்.

சோமு குற்றவாளிக் கூண்டில் இருந்தபடியே வேலூர் ஜெயிலைப் பற்றிக் கனவு கண்டுகொண்டிருந்தான். ஜெயிலுக்குப் போன ஒரு வாரத்துக்குள் விளையாட்டுக் கோஷ்டிக்குக் காப்டனாய்ப் போகவேண்டும்; அப்படி விளையாட வேண்டும், இப்படி விளையாட வேண்டும் என்றெல்லாம் மனத்துக்குள் திட்டம் வகுத்துக் கொண்டிருந்தான்.

முதலிலே யாரோ கனைத்த சத்தம் காதில் விழுந்தது. அடுத்த நிமிஷம் மாஜிஸ்திரேட் இவனைப் பார்த்து, "ஓய்" என்றார்.

சோமு கனவு கலைந்தபோதிலும் இன்பகரமான தீர்ப்பை எதிர்பார்த்து நின்றான்.

'திருடவேண்டுமென்ற எண்ணத்தோடு செய்யப்படாத காரியம் திருட்டாகாது. கடைக்காரனை ஏமாற்ற வேண்டும்

என்ற நோக்கம் உமக்கில்லையென்பது நீர் காரியம் செய்த முறையிலிருந்தே வெளிப்படையாகிறது. அரசாங்கத்தார் கவனத்தை இழுப்பதற்காக இக்காரியம் செய்ததாகத் தெரிவித்திருக்கிறீர். அதை நான் ஏற்றுக்கொள்கிறேன். அதனால் நீர் செய்தது திருடவேண்டுமென்ற நோக்கத்துடன் செய்யப்பட்டதல்ல என்று விசதமாகிவிட்டது. ஆகையால் உமக்கு லேசான தண்டனை. கோர்ட்டுக் கலையும் வரையில் இங்கேயே இரும்'' என்று தீர்ப்பைப் படித்தார்.

சோமுவின் திகைப்புக்கும் துயரத்துக்கும் எல்லையே இல்லை. கீழே விழுந்துவிடுவானோ என்றுகூடத் தோன்றிற்று. அப்போது மணி நாலு.

"போகலாம்" என்று மாஜிஸ்திரேட் சாயங்காலமாக ஞாபக மூட்டிய பிறகுதான் சோமு மெதுவாகக் கோர்ட்டை விட்டு வெளியே போனான்.

கோர்ட்டுக்கு வெளியே பத்தடிகூட நடந்து போயிருக்க மாட்டான்.

"எஜமான் கூப்பிடறாரு'' என்று ஒரு கான்ஸ்டேபிள் வந்து சொன்னான்.

திரும்பவும் ஏதோ நம்பிக்கை எழுந்தது. கான்ஸ்டேபிளுடன் மாஜிஸ்திரேட் அறைக்குப் போனான். கான்ஸ்டேபிள் மாஜிஸ்திரேட்டுக்குச் சலாம் வைத்துவிட்டு வெளியே போனான்.

"நீர் பி.ஏ.யா?'' என்று கேட்டார் மாஜிஸ்திரேட்.

'ஆமாம்.'

"இந்த மாதிரி முட்டாள் தனமான காரியமெல்லாம் ஏன் செய்தீர்? அபேதவாத நூல்களாமே, அவைகளுள் எதையேனும் படித்தீரா?''

“அதெல்லாம் இல்லை. மூன்று மாதமாக அலைந்து பார்த்தேன், வேலை கிடைக்கவில்லை. சிவனே என்று வேலூர் ஜெயிலுக்குப் போய்விட்டால், இந்த வயிற்றுப் பிரச்னையை ஒத்திப்போட்டாய் விடுமே என்ற யோசனை.”

மாஜிஸ்திரேட் முதலில் சிரித்தார். மறுநிமிஷம், "இந்த மாதிரி யெல்லாம் முட்டாள்தனமான காரியம் செய்யக்கூடாது. ஆனால் எச்சரிக்கை செய்வதற்காக உம்மைக் கூப்பிடவில்லை. யாராவது இரண்டு பேருக்கு டியூஷன் சொல்லித்தருவீரா என்று கேட்கத்தான் கூப்பிட்டேன்” என்றார்.

இந்தக் கேள்வி காதில்பட்டதும் படாததுமாக, "ஓ!" என்றான் சோமு. கடைசியாகச் சோற்றுக்கு வழி பிறந்து விட்டதே என்ற குதூகலம்!

"சாயங்காலம் முதற்கொண்டு எங்கள் வீட்டுக்கு வந்து பையன்களுக்குச் சொல்லிக்கொடும். இனி அரசாங்கத்தின் கவனத்தைத் திருப்புவதைப் பற்றி யோசிக்க மாட்டீரே?” என்றார் மாஜிஸ்திரேட்.

சோமு சந்தோஷம் தாங்காமல் பல்லை இளித்தான்.

“பரீட்சை தாண்டி”

பரீட்சைச் சமயம். ஊரில் பையன்கள் குடுமியை உத்திரத்தில் கட்டித் தொங்கவிட்டுக் கொண்டு மும்முரமாகப் படித்து வருகிறார்கள். என்னைப் போலொத்தவர்கள் சாய்மான நாற்காலியின் மீது சாய்ந்து கொண்டு சிரமமின்றிப் படிப்பதாகச் சங்கற்பம் செய்துகொண்டிருக்கிறோம். நாமொன்று நினைக்கத் தெய்வமொன்று நினைக்கிறதென்பது மறுக்க முடியாத உண்மை. (இங்கே தெய்வமென்பது நித்திராதேவி). எங்கள் கையிலிருந்து தரையில் புஸ்தகம் தொப்பென்று விழும் ஓசையைக் கேட்டு, ஒரு தரம் எழுந்து, கண்களை ஜலத்தால் துடைத்துக்கொண்டு மறுபடி உட்காருவோம். எங்கள் பிரயத்தனம் திரும்பத் தூக்கத்தில் முடியும். அதன் பேரில் கொஞ்சம் கெட்டியான தேத்தண்ணீர் தயார் செய்து சாப்பிட்டுவிட்டுப் படிப்பதாக அடுத்த யோசனை. என்னைப் பற்றிய வரையில் இந்த யுக்தி கொஞ்சம் பலிக்கும். அதாவது தூக்கம் வர அரைமணியாவது செல்லும். ஆனால் என்னுடைய நண்பர்கள் பலருக்கு மட்டும் தேத்தண்ணீர் தூக்கத்தை வரவழைக்கும் கம்பியில்லாத் தந்தி என்ற அபிப்பிராயம்.

இந்தப் புதுத் தெய்வத்தின் உதவிகொண்டு தூக்கத்தை எவ்வளவு தூரம் விரட்டி அடிக்க முடியுமோ அவ்வளவு அடித்தும், என் பாடங்கள் பூராவும் படித்தான பாடில்லை. ஷேக்ஸ்பியர் அவ்வளவும் பாக்கி. 'மன இயலில்' முக்கால் பங்கு பாக்கி. பாக்கிப் பாடங்களில் கொஞ்சம் கொஞ்சம் சந்தேகம். என் பிதிரார்ஜித சொத்திலும் கால் பங்குதான் பாக்கி. பாக்கிப் பாடங்களைப் படித்துப் பரீட்சையில் தேறாவிட்டால் பாக்கிக் கால்பங்குப் பிதிரார்ஜித சொத்தும் போய்விடுமே என்ற பயம். பரீட்சை நெருங்க நெருங்க நான்

படிக்காத குன்று போலிருந்த பாகங்கள் மலை போல் ஆகிவிட்டன. நான் செய்யக்கூடிய தென்ன? தேயிலையைக் கொஞ்சம் அதிகமாகப் போடலாம். டிகாக்ஷனைச் சர்க்கரை போடாமல் சுயமாகச் சாப்பிடலாம். பானத்தின் அளவையும் இரு மடங்காக்கலாம். என்ன செய்தாலும் இரண்டு வருஷப் பாடங்களை ஒன்றரை மாதத்தில் படிப்ப தென்றால் நாய் வாலை நேர் செய்யும் முயற்சிதானே!

இப்படியிருக்கும் பொழுது வெகு கவலையுடன் காவிரியில் ஒரு நாள் மாலை உட்கார்ந்திருந்தேன். படிப்பு ஓடினால்தானே? என்னண்டை யாரோ ஒருவர் வந்து யாதொன்றும் பேசாமல் நின்றார். அவருடைய முகம் எனக்குத் தெரிந்தது போல் இருந்தது. ஆனால் குறிப்பிட்டு உணரக்கூடவில்லை. அப்படியே பேச்சின்றி ஒரு நிமிஷம் சென்றது. பிறகு வந்தவர் ஒரு தரம் சிரித்தார். எக்காரணத்தாலோ அவர் சிரிப்பு என்னைப் புரளி பண்ணுவது போல் இருந்தது. மறுபடியும் சிரித்துக் கொண்டு என்னைக் கேட்டார்.

“என்ன ஸார், என்னைத் தெரியவில்லையா?”

“எங்கேயோ பார்த்ததுபோல் இருக்கிறது. ஞாபகப்பட வில்லை” என்றேன்.

"போகட்டும்; உமது நண்பர் ஸ்ரீதரன் பட்டணத்தில் வாசித்தது ஞாபகம் இருக்கிறதா?”

"ஆமாம்."

“அவர் வசித்து வந்த வீட்டின் சொந்தக்காரர் ஒருவர் உண்டல்லவா!"

"ஓகோ! தெரிகிறது, தெரிகிறது. வாருங்கள்; உட்காருங்கள்; எப்போது வந்தீர்கள்? சௌக்கியந்தானே?... வாஸ்தவமாகத் தங்களை ஸ்ரீதரன் அறையில் ஒரு தடவைதானே பார்த்தது?

அதுதான் நிகா புரியவில்லை. இந்த ஊரில் ஏதாவது விசேஷ அலுவலா?''

"விசேஷமானதல்ல. சாதாரணந்தான்."

"நல்லது. ஸ்ரீதரன் பட்டணத்தில்தானே இருக்கிறான்? எனக்குக் கடிதமே போடவில்லை.''

''ஆமாம். அங்கேதான் இருக்கிறான்.''

"ஏதாவது வேலையில் அமர்ந்திருக்கிறானா?"

"உமக்குத் தெரியாதா அந்த விஷயம்?... போன வருஷம் பரீட்சையில் அவன் தேறிய பாடே பெரும் பாடாகி விட்டது.''

''ஏனோ?''

"அவன் சமாசாரந்தான் பொதுவாக உமக்குத் தெரியுமே. போன வருஷம் நடந்ததைக் குறிப்பிட்டுச் சொல்லுகிறேன். பி.ஏ. ஸீனியர் வகுப்புக்கு வந்தது முதல் படிப்பைத் தவிர இதர விஷயங்களிலெல்லாம் தலையிட்டுக் கொண்டான். சில பொதுச் சங்கங்களுக்குக் காரியதரிசியானான். அத்துடன் ஊக்கமும் உற்சாகமும் அன்பும் உள்ளவனாதலால் சமூக ஸேவையில் ஈடுபட்டுப் படிப்பை அநேகமாக மறந்துவிட்டான். எப்போதாவது படித்தால் பொது அறிவை வளர்க்கும் நூல்களையும் காவியங்களையும் படிப்பானே ஒழிய, பாடபுஸ்தகங்களைத் தொடுவதில்லை. கலாசாலைகளில் உபாத்தியாயர்களால் எவ்வளவு தூரம் படிப்புச் சொல்லிக்கொடுக்கப்படுகிற தென்று - அப்படிச் சொல்லக் கூடாதோ என்னவோ! - எவ்வளவு தூரம் பையன்களால் கிரகிக்கப்படுகிறதென்று தான் உனக்குத் தெரியுமே!'

''இப்படியே நாட்கள் கழிந்தன. எப்போதாவது பரீக்ஷை ஞாபகம் வந்தால், 'என்ன பிரமாதம்! ஜனவரி மாதம் முதல்

கடுமையாக உழைத்தால் பரீக்ஷைப் பழத்தைத் தட்டிவிடலாம்' என்று தைரியம் கொள்வான்.''

"ஜனவரி மாதம் வந்தது. ஸ்ரீதரன் படிப்பு மெதுவாக ஆரம்பித்தது. ஸ்டேஷனை விட்டுக் கிளம்பும் ஷட்டில் ரெயிலைப் போல. பிப்ரவரி மாதம் பதினைந்தாம் தேதிக்கு ஷேக்ஸ்பியர் பாக்கி. சரித்திரம், பொருளாதாரம் முதலிய முக்கால் பங்கு பாக்கி. எனவே பிப்ரவரி மாதம் முதல் தேதி லிப்டன்ஸ் டீ டப்பா - யானைத்தலை அவ்வளவு பெரிது ஒன்று - வீடு வந்து சேர்ந்தது."

"என்னைப் போலவேதான் இருக்கு" என்றேன் நான்.

''ஆமாம். உம்முடைய சிநேகிதன்தானே?'' என்று அவர் மேலே சொன்னார்.

லிப்டன்ஸ் டீயின் உதவிகொண்டு, படிப்பு ரெயில் மார்ச்சு மாதம் ஒண்ணாந் தேதி வரையில் ஓடிற்று. அப்புறம் ஸ்ரீதரனால் படிக்கக் கூட முடியவில்லை போல் இருக்கிறது. படிக்காத பாடங்களை எண்ணும்போதே, தன் குடும்பப் பொருளாதார மென்னும் விதைக்கோட்டையில் தானே எலியாய் அமைந்த துக்கம் நெஞ்சைப் பிளக்கும். மனம் காவிரியின் புது ஜலம் போல் குழம்பிக் கிடக்கும். ஒரு நாள் ஒரு யோசனை தோன்றிற்றாம். ''என்ன முட்டாள்தனம்! ஒரே நொடியில் துன்பக் கடலினின்று கரையேற மார்க்கம் இருக்கும்போது வீணில் வாதைப் படுவானேன்? விடுதலைச் சஞ்சீவி இல்லையா?'' என்று எண்ணிக்கொண்டே உலகத்தாருக்கு ஒரு நிருபம் எழுதிவைக்கப் பேனாவும் தாளும் எடுத்துக்கொண்டு உட்கார்ந்தான்.

''ஆனால் அப்போதே இந்த முட்டாள் செய்கையைத் தடுக்க ஏற்பாடு செய்துவிட்டீர்கள் போலும்'' என்று குறுக்கிட்டேன் நான்.

"இல்லை. இவ்வளவும் அப்பால் ஸ்ரீதரன் சொல்லத்தான்

தெரிந்தது.''

"சரிதான், மேலே சொல்லும்."

''அந்தக் கடுதாசியில் எழுதியிருந்ததை ஸ்ரீதரன் திருப்பிப் படித்தபொழுது ஆச்சரியமாக இருந்ததாம்.''

''ஏன்?''

''ஏனா? அதில் உலகத்தாருக்கு நிருபம் எழுதப்படவில்லை. அதற்குப் பதிலாக ஒரு பாட்டு வந்திருந்ததாம்! அதைப் படித்ததும் தற்கொலை ஞாபகம் மாயமாக மறைந்துவிட்டதாம்."

''அதற்குப் பிறகு வெகு தைரியத்துடன் பிடிவாதமாகப் பாடம் படித்தான். தேத்தண்ணீர்த் தெய்வம் அப்போதெல்லாம் பெரிய கூஜாவிலிருந்தது எனக்குத் தெரியும்."

"கடைசியாகப் பரீட்சைத் தினத்தன்று பார்த்தபோது ஷேக்ஸ்பியர் நாடகம் ஒன்றும் பொருளாதாரத்தில் பாதியும் பாக்கி. என்ன செய்யலாம்? அன்று காலை 10-30க்கு வீட்டை விட்டுக் கிளம்பினான் ஸ்ரீதரன். அவன் சகுனம் பார்ப்பதில்லை. இருந்தாலும் கிளம்பின போது எதிரில் நிறைகுடம் வாணியச்சி வந்தது கொஞ்சம் மனத்தில் உறுத்தத்தான் உறுத்தியது."

"பரீட்சை ஹாலில் அமர்ந்தபோது மணி 11. ஷேக்ஸ்பியர் பேப்பர் கொடுக்கப்பட்டது. ஸ்ரீதரன் படித்துப் பார்த்தான். முதல் கேள்வி ஒன்றுதான் அவனுக்குத் தெரிந்ததாக இருந்தது. பாக்கிக் கேள்விகள் அவ்வளவும் இங்கிலீஷ்ப் பாஷையில் இருந்ததாகவே நம்ப முடியவில்லை. இரண்டாவது தடவை பேப்பரைப் படித்தான். ஏதோ விசித்திரமான உணர்ச்சி அவனுக்கு உண்டாயிற்று. அவன் உட்கார்ந்திருந்த ஸ்டூல் கட்டைக்கு இரண்டு இறகு முளைத்துப் பறந்து போய்விட்டது போல் தோன்றிற்று. இது என்ன கஷ்டம் என்று நினைத்துக் கொண்டே ஷேக்ஸ்பியரின் ஹாஸ்ய சிருஷ்டியாகிய

பால்ஸ்டாவைப் பற்றிய ஒரு கேள்விக்கு விடை எழுதினான். எழுத எழுத அவன் தலை கழுத்தை விட்டுக் கிளம்பிவிட்டது. விடை எழுதி முடிந்தபோது தலை கழுத்துக்கு இரண்டடி தள்ளி அலாதியாக நின்றது. ரொம்ப ஆச்சரியம்! அதற்குமேல் அவனால் ஓர் எழுத்துக்கூட எழுத முடியவில்லை. தவிர ஒன்றும் புரியவும் இல்லை. பரீட்சை ஹாலை விட்டு வெளியே வந்தான்.

ஸ்ரீதரன் வெளியே போனதை ஓர் உபாத்தியாயர் பார்த்துக் கொண்டிருந்தார். இங்கிலீஷ் உபாத்தியாயரைக் கூப்பிட்டு, "ஓய்! உங்கள் பிரதம சிஷ்யர் பிருஹஸ்பதியாகிவிட்டார். அதோ பாரும்; பந்தடி மேடையைச் சுற்றிப் போவதை" என்று சொன்னார்.

ஸ்ரீதரனுக்கு இங்கிலீஷ் வாத்தியார் தன்னைப் பார்த்தது தெரியாது. அவன் பாட்டுக்குப் பந்தடி மேடையைச் சுற்றிப் போய்க் குளத்தங்கரையருகில் புல்தரையின் மீது படுத்துக் கொண்டான். குளத்தில் வாத்துக் குட்டிகள் கரணம் போட்டுக் கொண்டிருந்தன. தென்ன மட்டையிலிருந்து மணிப்புறா ஒன்று உருகி உருகிக் கூவிக் கொண்டிருந்தது. குளத்தின்மீது ஒளியும் நிழலும் ஓடியாடின. தென்றல் வீசிற்று. அவன் தூங்கிவிட்டான்.

விழித்து எழுந்தபோது ஸ்ரீதரன் தலை பழையபடி கழுத்துக்கே திரும்பி வந்துவிட்டது. ஆனால் ஒருவித 'கேரி' மட்டும் மிஞ்சி இருந்தது. காபி கிளப்பில் காபி மட்டும் சாப்பிட்டுவிட்டுத் திரும்பி வருகையில், ஒரு பெரிய பிரச்னை கிளம்பிற்று. பாக்கிப் பரீக்ஷையைக் கொடுப்பதா அல்லது அப்படியே விட்டுவிடுவதா? ஸ்ரீதரனுக்கு முடிவு தோன்றவில்லை. அவனை அறியாமலே அவன் கால்கள் பரீட்சை ஹால் பக்கம் அவனை இழுத்து வந்துவிட்டன.

வெளியே வராண்டாவில் இங்கிலீஷ் வாத்தியார் முன்னடியான் மாதிரி நின்று கொண்டிருந்தார். அவரைப் பார்த்ததும் ஸ்ரீதரனுக்குத் தூக்கி வாரிப்போட்டது.

“ஏனப்பா காலையில் சீக்கிரமாக எழுந்திருந்து போய் விட்டாய்?" என்று கேட்டார் வாத்தியார்.

"ஒரே மயக்கம். ஒன்றும் புரியவில்லை” என்றான் ஸ்ரீதரன்.

"போனது போகட்டும். அதைரியப்படாதே. பாக்கிப் பேப்பர்களை எழுது, காலைப் பேப்பர் மார்க்கையும் சேர்த்து வாங்கிவிடலாம். எழுது போ” என்று முதுகில் ஸொட்டுக் கொடுத்து அனுப்பினார் வாத்தியார்.

உபாத்தியாயர் சொல்படி மத்தியான்னப் பேப்பரை எழுதிவிட்டுச் சாயங்காலமாக வீட்டுக்கு வந்தான்.

“பரீக்ஷைப் பேப்பர் எப்படி எழுதியிருக்கிறாய்?” என்று கேட்டேன். அப்போதுதான் அவனுடைய படிப்பு முறையை விஸ்தாரமாக என்னிடம் சொன்னான். படிப்பில் அவ்வளவு ஊழலாயிருப்பானென்று நான் எதிர் பார்க்கவே இல்லை. பரீட்சையில் காலைப் பேப்பருக்கு விடை எழுதிய மாதிரியைக் கேட்ட போது எனக்கு வருத்தமாகப் போய்விட்டது.

"தேத்தண்ணீர்த் தெய்வத்தைக் கொண்டாடிய பலன் தெரிந்ததா?” என்றேன்.

"ஆனால் அதனுடைய கோளாறுதானா நான் 'சின்ன மஸ்தா' அவஸ்தை அடைந்தது?” என்று வியப்புற்றான் ஸ்ரீதரன்.

* பராசக்தியின் பத்துவித உருவங்களில் தலையற்ற முண்டமாக இருப்பது சின்னமஸ்தா.

“சந்தேகமென்ன?” என்று மேலே சொன்னேன்.

“'நான் ஒரு தூள் தருகிறேன். அதைக் கஷாயம் போட்டுப் பாலுடன் சேர்த்துச் சாப்பிட்டால், காபி, டீ இதுகளின் சுறு சுறுப்பும் உத்சாகமும் உண்டாகும். இரவில் எவ்வளவு நேர மானாலும் விழித்துக்கொண்டு படிக்கலாம். ஆனால் டீ, காபி இதுகளிலுள்ள விஷ அம்சம் இதில் கொஞ்சங்கூட இல்லை.

உனக்கு ஏற்பட்டிருக்கும் மயக்கத்தையும் கண்டிக்கும்'' என்று சொல்லி அந்தத் தூள் செய்து கொடுத்தேன்.

அன்று முதற்கொண்டு அந்தத் தூளையே போட்டுச் சாப்பிட்டு வந்தான்; எல்லாவிதக் கோளாறும் மறைந்துவிட்டது. அப்பால் ஒன்றரை மாதம் கழித்துப் பரீட்சையின் முடிவுகள் வெளியிடப்பட்ட காலையில் என்னை ஸ்ரீதரன் பார்த்துச் சாஷ்டாங்கமாக நமஸ்கரித்தான். 'என்னடா?'' என்று பிரமித்தேன். ''உங்கள் பரீட்சை தாண்டித் தூள் இல்லாவிட்டால் என்ன ஆகியிருக்குமோ பரீட்சை?'' என்று தழுதழுத்த குரலில் சொன்னான்....

அது முதல் அந்தத் தூளையே ஏராளமாகத் தயாரித்து வியாபாரமாகவே வைத்துவிட்டேன். இந்த ஊரில் ஒரு கிளைக் கடை வைக்கலாமா என்று பார்க்கத்தான் வந்தேன்.

"இப்போது ஸ்ரீதரன் எங்கே இருக்கிறான்?'' என்றேன். "ஓ, சொல்ல மறந்தேவிட்டேன். ஸ்ரீதரன் என்னுடைய பட்டணத்துக் கடை மானேஜர்."

"சரிதான்... இப்போது பரீட்சைக்கு முந்தி டீ போட்டுக் குடித்துவிட்டுப் படிக்கக் கூடாதென்கிறீர்களா?" என்றேன் திகிலடைந்து.

''என் பரீட்சை தாண்டித் தூளைத் தவிர எது போட்டுச் சாப்பிட்டுவிட்டுப் படித்தாலும் ஸ்ரீதரன் கதிதான். பத்து நாளைக்கு வரக்கூடிய ஸாம்பிள் டப்பா எட்டு அணாத்தான்" என்று ஒரு பச்சைத்தாள் சுற்றிய டப்பாவை நீட்டினார்.

விஜயதசமி

ஏழை எச்சுமு (லக்ஷ்மி) என்ன செய்வாள்! அவள் தாயார் சின்னம்மாதான் என்ன செய்வாள்! கணவன் கிளப் வைத்துக் கடனாளியாகி இருந்த இடம் தெரியாமல் ஓடிப் போனதிலிருந்து அவல் இடித்து விற்பதும், மா அரைப்பதும், காலைக் காரியம், சமையல் முதலியவை செய்வதும் சின்னம்மாளுக்கு ஜீவனோ பாயமாகிவிட்டன. பிரஸ்தாபிக்கும் காலத்தில், வக்கீல் வேதாந்தமையர் வீட்டில் சொல்ப சம்பளத்துக்குச் சின்னம்மா சமையல் செய்து வந்தாள். மாதச் சம்பளம் ஐந்து ரூபாய்; சாப்பாட்டுக்கே போதாது. அதில் வீட்டு வாடகை ஒன்றரை ரூபாய் கொடுத்தாக வேண்டும்.

இப்படிப்பட்ட நிலைமையில் நவராத்திரி வராவிட்டால் நல்லது என்று சின்னம்மா எண்ணியதில் பிசகென்ன? ஆனால் அதற்காக நவராத்திரி வராமல் நின்றுவிடுமா?

நவராத்திரிப் பொம்மைக் கடைகளைப் பார்த்து விட்டுத் திரும்பி வந்த எச்சுமு தாயாரைக் கேட்டாள்: ‘‘ஏம்மா, இந்த விசை நான் கொலு வெக்கப்போறேனே. வீட்டிலே நெறைய ஆறுதட்டு வெக்கப்போறேன். சுண்டல் பண்ணித் தறயா நேவேத்தியத்துக்கு?'

"பொம்மை ஏதுடி உனக்கு? உங்கப்பனுக்கு வீடு வேறே கட்டிவச்சு வாழறதோ? அதிலெ வேறே ஆறுதட்டு வெக்கப் போராளாம். பேச்சைப் பாரு; டில்லிபாச்சா பொண்ணாட்டமா!'' என்று சீறினாள் தாயார் மனமுடைந்து.

பாவம் எச்சுமுவுக்கு இந்த இழவு வித்தியாசங்க ளெல்லாம் எப்படித் தெரியும்!

“ஆனால் பொம்மை நேக்கு ஏன் இல்லே? அப்போன்னா நீ வாங்கிக் குடு” என்று எச்சுமு தாயின் முழங்காலைக் கட்டிக் கொண்டு கெஞ்சினாள்.

சின்னம்மா திரும்பத் தாயாகி விட்டாள்; “அடி அசடு! அதுக்குப் பணம் வேண்டாமா? தாலிதானே இருக்கு; என்ன பண்ணச் சொல்றே?"

“ஒன் கிட்டெ ஏன் பணமில்லே? எல்லார் கிட்டெயும் ரொம்ப ரொம்ப இருக்கே. வக்கீல் வீட்டு அம்மாமி கிட்டே நோட்டு நோட்டா, பணம் பணமா இருக்கே. நீ கொஞ்சம் கேட்டு வாங்கேன்.”

தாயாருக்குப் பதில் சொல்லத் தெரியவில்லை. கண்களைக் கசக்கிக் கொண்டாள். "பாப்போண்டி” என்று தட்டிக் கழிக்கும் பல்லவியைக் கையாண்டுவிட்டு வெளியே போய்விட்டாள்.

தாய் வெளியே போன அடியோடு எச்சுமு வீட்டை விட்டுக் கிளம்பினாள். குதித்துக் குதித்துத் தன் சிநேகிதி வீடு ஒவ்வொன்றுக்குள்ளும் நுழைந்து மார்பைத் தட்டிக் கொண்டு குதூகலமாய்த்தான் அந்தத் தடவை நவராத்திரிக்கு ஆறுதட்டுப் பொம்மை வைக்கப் போவதாகப் பீற்றிக் கொண்டாள்.

நவராத்திரி முதல் நாள் அந்திப் பொழுதாகியும் வீட்டில் கொலு வைத்தபாடில்லை. எச்சுமுவுக்குத் துக்கம் குமுறிக் கொண்டிருந்தது. தாயுடன் சண்டைப் பிடித்தாள்; அழுதாள்; பிடிவாதம் செய்தாள். பெண்ணை உடலுடன் சேர்த்து அணைத்துக் கொண்டு, தலை மயிரைத் தடவிக் கொடுப்பதைத் தவிரத் தாயினால் வேறு ஒன்றும் செய்ய முடியவில்லை. அன்றைத் தினம் இரவு சாப்பிடாமல் வெறுந்தரையில் அழுதபடியே எச்சுமு தூங்கிவிட்டாள்.

சின்னம்மா வெகு நேரம் வரையில் கிணற்றங்கரையில் சோர்வடைந்து உட்கார்ந்திருந்தாள். “வக்கீல் வீட்டில் ஏதாவது பணம் கேட்டு வாங்குவோமென்றால், நவராத்திரியும்

அதுவுமாகக் கொடுக்க மறுத்துவிடலாம் அல்லது, 'வேலைக்கு வந்து அரை மாதங்கூட ஆகவில்லை. இப்போது முதல் பணத்துக்குப் பிடுங்கித் தின்கிறாள்' என்று அவர்கள் நினைத்துவிடலாம். ஒரு வேளை சொல்லியும் விடலாம். அப்போது இந்த அரை வயிற்றுக் கஞ்சிக்குக்கூடத் திண்டாட்டம் வந்துவிட்டால்?" இப்படிப் பலவாறு எண்ணி முடிவு காணாமல் தூங்கிப் போய் விட்டாள்.

மறுநாள் காலை வழக்கம் போல் வானில் பொற்கோழி கூவவே உலகம் விழித்தெழுந்தது. எச்சுமுவும் சின்னம்மாவும் எழுந்தார்கள். ஆனால் தாயினிடம் பொம்மைகளைப் பற்றிக் குழந்தை மூச்சே விடவில்லை; பகல் முழுவதும் முகத்தை 'உம்' என்று தூக்கி வைத்துக் கொண்டிருந்தாள்.

மாலைப் பொழுதில் பெண்ணும் தாயுமாக வக்கீல் வீட்டுக்கு மஞ்சள் குங்குமத்துக்குச் சென்றார்கள். கண்ணிமை கொட்டாமல் ஒவ்வொரு பொம்மையையும் விழுங்கி விடுபவள் போல் எச்சுமு உற்று உற்று நோக்கினாள். பொம்மைகளைப் பார்க்கப் பார்க்க ஒரு புறம் துக்கம்; மற்றொரு புறம் தாயாரிடம் கொலு வைக்கப் பணமில்லையே என்ற ஏக்கம்...

இரவு, தாயும் பெண்ணும் இன்னும் சிலரும் கோவிலுக்குக் கிளம்பினார்கள். போகும் வழியெல்லாம் கடைமயம். கடை யெல்லாம் பொம்மை மயம். கோவில்! அங்கேயும் அப்படித் தான். தேவேந்திர சபை, துரோபதை துகிலுரிதல், செட்டிப் பொம்மை, நரித் தொம்பச்சி, கல்லடிமங்கன் இன்னும் எவ்வளவோ பொம்மைகள்.

எச்சுமுவின் கண்கள் சுழன்றன. ஒரு விநாடி பொம்மைகளை யெல்லாம் ஆவலுடன் பார்த்தாள். அடுத்த க்ஷணம் சீயென்று அவைகளை முற்றும் வெறுத்துக் கண்களை மூடிக்கொண்டு, கண்ணில்லாக் கபோதி பிறர் கையைப் பிடித்துச் செல்வது போல் தாயின் கையைப் பிடித்துச் சென்றாள்.

கடைசியாகச் சுவாமி சந்நிதிக்கு வந்து சேர்ந்தார்கள். எச்சுமு கண்ணைத் திறந்தாள். யாரோ ஒரு பாட்டி, சுவாமிக்கு அர்ச்சனை செய்துவிட்டுக் குருக்கள் கொடுத்த விபூதி முதலிய பிரசாதங்களை வாங்கிக் கொண்டிருந்தாள். தட்டிலிருந்த பாதித் தேங்காய் மூடியை மட்டும் சிவன் சொத்தென்று சொல்லியபடியே யாரோ ஒரு பிராமணனுக்குக் கொடுத்துவிட்டாள். எச்சுமு இதை யெல்லாம் கவனித்து வந்தாள்.

பிறகு எல்லோருமாக அம்மன் சந்நிதிக்குச் சென்றார்கள். சுவாமி சந்நிதியில் அர்ச்சனை நடத்திய கிழவி, அம்மன் சந்நிதியிலும் ஒன்று நடத்தினாள். ஆனால் குருக்கள் கொடுத்த பிரசாதத்தை அப்படியே தேங்காய் மூடி உள்படக் கிழவி எடுத்துக் கொண்டது எச்சுமுவுக்குச் சற்று ஆச்சரியமாக இருந்தது. தாயைப் பார்த்து, "சுவாமி சந்நிதியிலே வாண்டாம்ன்னுட்டு இங்கே அம்மன் சந்நிதியிலே மாத்திரம் தேங்காமூடி வாங்கிக்கலாமா அந்தப் பாட்டி?" என்று கேட்டாள்.

"அம்மன்தான் வரப்பிரசாதி. லோகமெல்லாம் அவளுது தான். சிவனுக்கு விபூதிதான் சொந்தம். நமக்கு அஷ்ட ஐச்வரியமும் அவள் தான் குடுக்கணும். அதனாலே தான் பாட்டி இங்கே தேங்காமூடி வாங்கிக்கிண்டா" என்று ஏதோ சமாதானம் சொன்னாள்.

எச்சுமுவுக்கு விஷயம் விளங்கிவிட்டது போல் தலையை ஆட்டினாள். அப்படியே அம்மன் சந்நிதியில் உட்கார்ந்து கண்களை மூடிக்கொண்டு பிரார்த்தனை செய்தாள்.

நவராத்திரி மூன்றாவது நாள் மாலை வக்கீல் வேதாந்த மையர் மனைவி ராஜாமணி அம்மாள் வீட்டுக்கு வருவோர்களை யெல்லாம் வரவேற்றுக் கொண்டிருந்தாள். எச்சுமு வந்து ஓர் ஓரமாக உட்கார்ந்து கொண்டாள்.

சிறிது நேரம் சென்றது. ராஜாமணி அம்மாளைப் பார்த்து, "ஏன் அம்மாமி; என்னத்துக்காகக் கொலு வெக்கறது?" என்றாள்.

ராஜாமணியம்மாள் ஸ்ரீவித்யோபாசனை செய்வதாக ஊர் முழுவதும் பேச்சாக இருந்தது. "நல்ல கேள்வி கேக்கறயே, எச்சுமு! அந்த நாளிலே ஒரு போக்கிரி அசுரன் இருந்தான். ஜகத்தெல்லாம் அவனைப் பார்த்து குறை சொல்லிக் கொண்டா. அம்பாள் மொதல்லே தன் சைனியத்தை அனுப்பி அந்த அசுரன், அவன் சைனியம் எல்லாத்தோடேயும் சண்டை செய்யச் சொன்னா. தான் மாத்திரம் ஒம்பது நாளும் அப்படியே உக்காந்திருந்தா. கடைசியாகத் தெசமி அன்னிக்கு அம்பாளே நேரே போய் மகிஷாசுரனைக் கொன்னுட்டா. அதுக்காகத்தான் கொலு வெக்கறோம். ஜெயிச்சத்துக்காகத்தான் விஜயதெசமி அன்னிக்குச் சுவாமிகளெல்லாம் அம்பு போடப் போறது; தெரிஞ்சுதா?"

"கொலு வீட்டுலே வெக்காட்டா என்ன, அம்மாமி?"

"கொலு வெக்காட்டா வீட்டிலே தரித்திரம் பிடுங்கித் திங்கும். காரியமெல்லாம் தோத்துப் போகும். அப சகுனமாயிருக்கும்."

“அப்படீன்னா எங்காத்துலே கொலு வெக்கல்லியே. என்ன பண்றது?"

அதற்கு ராஜாமணி அம்மாளுக்குப் பதில் சொல்லத் தெரியவில்லை; “உம்” என்றாள். எச்சுமு விட்டபாடில்லை.

“அப்பொன்னாக்கே எனக்குக் கொஞ்சம் பொம்மை குடுங்கோ; நான் கொலு வெக்கறேன்.”

"ஆகட்டும்” என்று பட்டுக்கொள்ளாமல் சொன்னாள் வக்கீலின் மனைவி.

அதற்குள் யாரோ பணக்கார ஸ்திரீகள் ஐந்தாறு பேர் வந்தார்கள். ஏதேதோ பேசிக் கொண்டிருந்துவிட்டு ராஜாமணி அம்மாளைத் தங்கள் வீட்டுக்கு அழைத்துக் கொண்டு போய் விட்டார்கள் மஞ்சள் குங்குமத்திற்கு.

ராஜாமணி அம்மாள் போன பிறகு எச்சுமு கொலுவுக்கு முன் வெகு நேரம் வரையில் கைகட்டிக் கொண்டு உட்கார்ந்திருந்தாள். வக்கீலின் மனைவி திரும்பி வருவதாகத் தெரியவில்லை. கூடத்தில் ஒருவரையும் காணவில்லை. அம்பாள் பிரசாதம் கிடைத்தது! எச்சுமு எழுந்திருந்து பொம்மைகளில் ஐந்தாறை எடுத்து மடியில் கட்டிக் கொண்டாள். குனிந்து பொம்மைகளை எடுத்ததில் தலைப் பின்னல் சரிந்து விழுந்து சில பொம்மைகளைத் தள்ளிவிட்டது. அந்தச் சப்தத்தைக் கேட்டுப் பயந்துபோய் எச்சுமு வீட்டுக்குக் கிளம்பி விட்டாள்.

நவராத்திரி நான்காம் நாள் காலை. ராஜாமணி அம்மாள் கொலு வைத்திருக்கும் அங்கணத்துக்கு எதிரே வழக்கம் போல தன் கையால் மெழுகிக் கோலமிட்டுக் கொண்டிருந்தாள். கோலம் முடிந்ததும் மெதுவாக நிமிர்ந்தாள். நடுத்தட்டிலிருந்த துர்க்கை, லக்ஷ்மி, ஸரஸ்வதி முதலிய விக்கிரகங்கள் உருண்டு கிடந்தது கண்ணில் பட்டது. சமீபத்தில் போய்க் கவனித்தாள். சில பீங்கான் பொம்மைகளைக் காணவில்லை. பின்னும் சோதித்தாள். நெஞ்சு பக்கென்று தீப்பிடித்துக் கொண்டது. லக்ஷ்மீ விக்கிரகத்தின் கழுத்தில் போட்டிருந்த தங்கச் சங்கிலியும் பதக்கமும் காணவில்லை! ராஜாமணி அம்மாளின் உள்ளம் பதறிற்று. நவராத்திரியில் நகை கெட்டுப் போவதென்றால் தன் கணவருக்கு - ஏன் தன் குடும்பத்துக்கே ஏதாவது மகத்தான ஆபத்து வருவதன் அறிகுறியோ என்ற பீதி உண்டாயிற்று.

சற்று நேரம் சென்றதும் மனக்குழப்பம் தணிந்தது. முதல் நாள் எச்சுமு வந்திருந்ததும் அவளுடைய கேள்விகளும் ஞாபகத்துக்கு வந்தன. அவள் மீது இயல்பாகவே சந்தேகம் பிறந்தது. அன்று காலைக் காரியம் செய்யச் சின்னம்மா வராததால் சந்தேகம் நிச்சயமாகி விட்டது.

சின்னம்மா வீட்டுக்கு ராஜாமணி அம்மாள் போன போது சின்னம்மா உடலெங்கும் போர்த்துக்கொண்டு ஒரு கிழிந்த

கித்தான் மீது படுத்துக்கொண்டிருந்தாள். எஜமானி வரப் பார்த்ததும் எழுந்து உட்கார்ந்தாள்.

“என்ன உடம்பு திடீரென்று?”

“அதான் எனக்கும் தெரியல்லே. ராத்திரிப் படுத்துக் கிண்டதே புடுச்சுத் தலை கனத்துக்கிண்டு பொணமாட்டமா இருக்கு. அதோடு ஜொரம் வேறெ ஒடம்பை அனத்தறது. அதான் காலம்பரக் காரியங்கூடச் செய்ய வரல்லே."

“சரிதான்.”

'ஏதாவது விசேஷமுண்டா, காலெ வேளையிலே வந்திருக்கேளே?"

"விசேஷம் ஒண்ணும் இல்லே. ஒன் பொண் சாயங்காலமா வீட்டுக்கு வந்திருந்தா. நான் அப்பறம் வெளியே போயிட்டேன். காலம்பரப் பாக்கறப்போ பொம்மையிலே கொஞ்சம் கொறையறது.”

"ஹும். அப்புறம்?”

"வேறு ஒத்தரும் வல்லே. லக்ஷ்மி விக்கிரகத்தின் கழுத்திலே இருந்த செயினும் பதக்கமும் காணவில்லை. வேணா ஒரு வார்த்தை எச்சுமுவைக் கேட்டுப்பார்க்க லாம்ன்னு வந்தேன்."

"அந்தச் சனியனைக் காணமே இங்கே. மூதேவி எங்கே தொலைஞ்சுதோ?... இருந்தாலும் அவளுக்குக் கை நீளம்னு சொல்றத்துக்கில்லே. என்னமோ?”

சின்னம்மாவின் வார்த்தை எஜமானிக்குச் சமாதானம் அளிக்கவில்லை. பேச்சுப்பராக்கில் அங்கும் இங்கும் சலித்துக் கொண்டிருந்த எஜமானி அம்மாளின் கண் துளசி மடத்துக்குப் பின்னால் போயிற்று. “அதென்னவோ மின்னறதே” என்று இரண்டடி எடுத்து வைத்தாள். துளசி மாடத்துக்குப் பின்னால் ஒரு செங்கல்லுக்கு ஒரு பொம்மையாக ஆறு அடுக்குக் கொலு வைக்கப்பட்டிருந்தது. "சின்னம்மா! எச்சுமு கொலு

வெச்சிருக்கற அழகைப் பாரேன்!'' என்றாள். சின்னம்மாவின் முகம் அவமானத்தால் பட்டுப்போய் விட்டது. ராஜாமணி அம்மாளோ கல்களையெல்லாம் புரட்டி நகையைத் தேடினாள். காணவில்லை.

"சமையலறை மாடத்தில் கீடத்தில் அவள் நகையை வச்சிருக்கப் போறாளே, பாரேன்'' என்று சொல்லிவிட்டு எஜமானியும் காரியக்காரியும் அங்கும் இங்கும் தேடினார்கள். பயன்படவில்லை. எஜமானி வீட்டுக்குக் கிளம்பினாள்.

வாசற்படிக்கு வந்த சமயம் எச்சுமு தெருவிலிருந்து வீட்டுக்குள் நுழைந்தாள். அதன்மேல் ராஜாமணி அம்மாள் எச்சுமுவின் பின்னோடு மறுபடி வீட்டுக்குள் சென்றாள். எச்சுமுவைக் கண்டதும் சின்னம்மாவுக்குத் தலை கால் தெரிய வில்லை. குழந்தையைப் பிசாசு போல் அறைந்தாள். குழந்தை அலறிற்று. எஜமானிக்குக் கூட ஏன் சொன்னோம் என்று ஆகி விட்டது. சற்றுநேரம் அப்படியே நின்றுகொண்டிருந்தாள். போகட்டுமென்றால் மனது கேட்கிறதா? "துளசி மாடத்துக்குப் பின்னாலே இருக்கிற பொம்மையை நீயே எடுத்துக்கோ. செயினையும் பதக்கத்தையும் குடுத்துடு'' என்றாள் எஜமானி. எச்சுமு பதில் சொல்லாமல், கதவிடுக்கில் போய்த் தேம்பித் தேம்பி அழுதாள். பின்னொரு சமயம் ஆகட்டும் என்று எஜமானி போய்விட்டாள்.

மறுநாள் மத்தியான்னம் வந்தாள்; "எச்சுமு! பொம்மையை வச்சுக்கோ; நகையைக் குடுத்துடு'' என்றாள்.

"நகையை எடுக்கலே, அம்மாமி. கொலு வக்காட்டா அஷ்ட தரித்திரம் வரும்னேளே. ஒங்களைப் பொம்மை கேட்டேன், ஆகட்டும் இன்னேள். அப்பறம் வெளியே போயிட்டேள். நான் ஒங்களுக்காகக் காத்துண்டிருந்தேன். நீங்க வரல்லெ. நானாப் பொம்மை கொஞ்சம் எடுத்துக்கிண்டேன். நகை எனக் கென்னத்துக்கு? கொலு வெச்சால் அம்பாள் தானே கொடுக்கிறாள்'' என்று எச்சுமு சொன்னதோடு

"இந்தாங்கோ பொம்மை" என்று பொம்மைகளைக் காலடியில் கொண்டுவந்து வைத்தாள்.

“ரெண்டுங் கெட்டான்!” என்று சொல்லிக் கொண்டே எஜமானி அம்மாள் திரும்பினாள்.

“அம்மாமி! எனக்கு ஒடம்பு சரியாயியடுத்து; ஆனால் இனிமேல் ஒங்காத்திலே வேலை செய்ய யோக்கியதை இல்லை. இந்தப் பொண்ணைப் பெத்ததற்கு நாக்கைப் பிடுங்கிக்கிண்டு சாகலாம்" என்றாள் சின்னம்மா.

"அழகாயிருக்கு உன் பேச்சு" என்று சொல்லிக் கொண்டே ராஜாமணியம்மாள் வீட்டுக்குக் கிளம்பினாள். அத்துடன் சங்கிலி விஷயத்தை விட்டுவிட்டாள்.

விஜயதசமி தினம். வக்கீல் வேதாந்தமையர் வீட்டில் திமிலோகப்பட்டது விஷயம் என்னவென்றால்; அம்பாளுக்குப் பிரீதியாக ஐந்நது ஸ்திரீகளுக்குப் புடைவையையும், ஐந்து கன்னிகளுக்குப் பாவாடையும் பூஜைசெய்து கொடுக்கும் மும்முரம். அன்று முழுதும் ஊரெங்கிலும் ராஜாமணியம்மாளின் பேச்சுத்தான்.

இரவு வந்தது. கொலுவைக் கலைத்துப் பொம்மைகளைப் பெட்டியில் அடுக்கும் நேரம். வக்கீலும் அவர் மனைவியும் பொம்மைகளை எடுத்தும் துணிகளை மடித்தும் சுருட்டியும் பலகைகளை அடுக்கிக்கொண்டும் இருந்தார்கள். கீல்போட்ட இரட்டைப் பலகை இடுக்கில் ஏதோ பளிச்சென்று மின்னிற்று. இருவரும் பார்த்தார்கள்; செயினும் பதக்கமும்!

ராஜாமணி அம்மாளின் தலை சுழன்றது. அவள் செவியில் சிம்மத்தின் வெறிகொண்ட கர்ஜனை கேட்டது. காளியின் வாள் வீச்சு விர்விர்ரென்று விழுந்தது. அகக் கண்முன் மகிஷாசுரனுடைய தலை பனங்காய் போல் உருண்டுவிழும் காட்சி எழுந்தது. உள்ளத்தில் பீதி உண்டாயிற்று. மயிர்க் கூச்செறிந்தது. உடல் முழுதும் நனைந்து போயிற்று.

அப்படியே கீழே விழுந்து நமஸ்காரம் செய்தாள். மனது அமைதியுறவில்லை. நேரே சின்னம்மா வீட்டுக்குச் சென்றாள்.

அந்த நேரத்தில் எஜமானியைப் பார்த்ததும் சின்னம்மாவுக்கு வயிற்றில் புளியைக் கரைத்தது. எச்சுமு இடுப்பில் கை வைத்துக் கொண்டு, 'இன்னும் ஏதாவது அடி வாங்கி வெக்கப்போரேளா என்ன? ஒங்க பொம்மையைத் தான் அன்னிக்கி நீங்க எடுத்துக்கிண்டு போகல்லேன்னூட்டு ஒடனே கொண்டுவந்து நானே வெச்சூட்டேனே!' என்றாள்.

ராஜாமணி அம்மாளின் கண்களில் நீர் கரகரவென்று கிளம்பிற்று. "என் அல்பபுத்தியை என்னன்னு சொல்றது சின்னம்மா! படாப் பழியைக் குழந்தைமேலே சுமத்தினேன். பலகை இடுக்கிலே இருந்து அந்த நகை இப்பொ அம்புட்டுது. என்னை மகிஷாசுரமர்த்தனிதான் காப்பாத்தணும்" என்று சொல்லிக் கைகுவித்தாள்.

சின்னம்மாவுக்கு நா எழவில்லை. குழந்தை எச்சுமுவைக் கட்டி அணைத்துக்கொண்டு மௌனமாகக் கண்ணீர் விட்டாள்.

காட்டுச் சங்கிலி

சின்னச் சிவராமபிள்ளையின் கையில் தினசரி பிரித்தபடியே இருந்தது. குதிரைப் பந்தயப் பக்கத்தைப் பார்த்துப் பெருமூச் செறிந்தார்.

“என்ன ஸார்! ஆள்கிட்ட வருவது கூடத் தெரியாமல் அவ்வளவு பலத்த யோசனை?” என்ற சப்தம் அவரைத் தாக்கிற்று. நிமிர்ந்து பார்த்ததில் அடுத்த வீட்டு நாயுடு காரு.

“என்ன ஸார் விசேஷம் பேப்பரில்?" என்றார் நாயுடு காரு.

சிவராமபிள்ளைக்குப் பதில் சொல்லச் சலிப்பாக இருந்தது. "மண்ணாங்கட்டி” என்றார்.

"அவ்வளவு அலுப்பென்ன ஸார்?”

“இப்படித்தான் என் காரியங்களே ஆகின்றன. நல்ல குதிரை! அப்போதே நினைத்தேன்.”

'ஏதாவது குதிரைப் பந்தயத்தில் எதிர்பார்த்த குதிரை தோற்றுவிட்டதா?'

“என்னுடைய காட்டுச் சங்கிலி இருந்ததல்லவா?'

"காட்டுச் சங்கிலியா?”

"ஆமாம், என் குதிரை."

"ஓகோ, ஞாபகம் வந்துவிட்டது."

“அந்தக் குதிரையால் எனக்குக் கொஞ்சம் சொத்துச் சேர்ந்தது தெரியுமா? நல்ல குதிரை."

"எனக்குத் தெரியாது. நீங்கள் சொல்லத்தான் கேள்வி" என்று நாயுடுகாரு சொன்னது ஏதோ லயத்திலிருந்த சிவராம பிள்ளையின் மனத்தில் படவில்லை. சிவராம பிள்ளை பாட்டுக்கு மேலே சொல்லிக் கொண்டே போனார்.

"ஒரு சமயம் என்னுடைய மனைவியின் அத்தை நீடா மங்கலத்தில் அத்தியாவஸ்தையாக இருந்தாள். என் மனைவியின் தமக்கையும் அவள் புருஷனும் இவளைப்பற்றி அத்தையிடம் ஏதோ வத்தி வைத்திருந்ததாகக் கேள்விப் பட்டிருந்தோம். அத்தைக்கோ கையில் கொஞ்சம் காசு உண்டு. வேறு வார்சு இல்லை, உயில் பண்ணுவதாக வதந்தி. உயில் ஏற்பட்டால் இவளுக்கும் ஏதாவது கிடைக்கக்கூடாதா என்ற ஆசை எனக்கு."

"நீடாமங்கலத்துக்குக் கிளம்பினோம். பஸ் நிற்கும் இடத்துக்குப் போனபோது பத்து நிமிஷங்களுக்கு முந்தித் தான் வண்டி கிளம்பிப் போய்விட்டதென்று தெரிந்தது. அடுத்த பஸ் கிளம்ப ஒரு மணி பிடிக்கும். என்ன செய்வதென்று தோன்றாமல் அலங்கமலங்க விழித்தேன்."

"எதிரில் ஒரு பெரிய குதிரையும் வண்டியும் தென்பட்டன. குதிரை வெகு அழகு. நாலு குளம்பும் வெள்ளை; நெற்றியில் வெள்ளைச்சுட்டி; வாலும் வெளுப்பு; பாக்கி உடலெங்கும் இரும்பு போன்ற வர்ணம். ஒருவேளை தேசிங்குராஜனுடைய பாராசாரிக் குதிரை இப்படித்தான் இருந்திருக்குமோ என்று நினைத்துக்கொண்டே, 'ஏன் அப்பா வண்டிக்காரா, நீடாமங்கலம் வருகிறாயா?' என்றேன்."

"ஹூம்." "சத்தம்?"

"இரண்டு ரூபாய்."

'அதென்னப்பா அவ்வளவு கேட்கிறாயே?"

"மகாராஜா கிட்டெ இருக்க வேண்டிய குதிரைங்க."

"இருக்கட்டும், சத்தம் சொல்லு."

“இந்தக் குதிரையை நான் ரொம்ப இமிசை பண்ற தில்லெ. ஒரு நாளைக்கு ரெண்டு நடைகூடச் சில சமயம் உடமாட்டேன். முந்திப் போன பஸ் போரத்துக்கு முன்னாலேயே கொண்டுபோய் விடறேனா இல்லியா பாருங்க” என்றான்.

“நானும் என் மனைவியும் அதில் ஏறிக்கொண்டு நீடா மங்கலம் போய்ச் சேர்ந்தோம். நல்ல வேளை! உயில் நகல் எழுதிக் கொண்டிருந்தார்கள். எங்களைப் பார்த்ததும் அத்தையம்மாவின் முகம் திகைப்படைந்தது."

"ராவைக்கோ - நாளைக்கோ - தெரியல்லே. என்னைப் பத்தி அவதூறு பேசினீங்க இன்னு கேழ்விப்பட்டேன். நிஜமா?” என்றாள்.

“சுவாமியிடம் சொல்லுகிறாப் போல் சொல்லுகிறேன். அது முழுப் பொய். பித்தலாட்டக்காரர்கள் புனைசுருட்டு” என்றேன்.

அவ்வளவுதான். "அப்பிடி நீங்க சொல்லியிருக்கமாட்டீங்க இன்னூட்டுத்தான் அப்பவே நெனச்சேன்” என்று சொல்லிவிட்டு அந்த உயில் நகலைக் கிழித்தெறியச் சொல்லிவிட்டு வேறு உயில் தயார் செய்தாள். என் மனைவிக்கு ஆயிரம் ரூபாய் ரொக்கமும் ஆறுமா நிலமும் கிடைத்தன. மறுநாள் காலையில் அத்தையம்மாள் நெடும் பயணம் கிளம்பிவிட்டாள்.

"சடங்கெல்லாம் முடிந்த பிறகு ஊருக்குத் திரும்பினோம். பஸ் ஒன்று புறப்படத் தயாராக இருந்தது. அதில் ஏறும் சமயத்தில் அந்தக் குதிரைவண்டி தென்பட்டது. எனக்கு ஓர் எண்ணம் தோன்றியது. அதே சமயத்தில் என் மனைவியும் சொத்துச் சம்பாதிச்சுக் கொடுத்த குதிரை வண்டியிலேயே ஏறுவோம் என்றாள். உடனே பஸ்ஸை விட்டுக் குதிரை வண்டியில் ஏறினோம்.”

"வண்டி போய்க்கொண்டிருந்த போதே வண்டிக்காரனைக் குதிரையை விற்கும் எண்ணம் இருந்தால் சொல்லு என்றேன். அவன் முதலில் இல்லையென்று விட்டுப் பிறகு அரைமனதாகப் பேசிவிட்டுக் கடைசியில் சம்மதித்தான்."

"ஊரை அடைந்த மூன்றாம் நாள் குதிரையையும் வண்டியையும் வாங்கிவிட்டேன்."

"அது முதல் ஒரு வாரம் வரையில் குதிரை லாயத்தில்தான் என்னைக் காணலாம். குதிரைக்கு ஹல்வா முதற்கொண்டு வாங்கிக் கொடுத்தேன் என்றால் என் மன நிலைமையைத் தெரிந்து கொள்ளுங்களேன்! அறுபது நாழிகையும் என் மனத்தில் குதிரை வண்டி நீடாமங்கலத்துக்குப் போன காட்சிதான். என்ன வேகம்! என்ன வேகம்! சாரைப் பாம்பும், காட்டுச் சங்கிலியும், காற்றும் அந்த வேகத்தை எட்டமாட்டா."

"ஒரு பதினைந்து நாள் ஆன பிறகு குதிரைக்கு எவ்விதமான வேலை கொடுக்கிறதென்ற யோசனை பிறந்தது. ஒன்றும் தோன்றவில்லை. முன் மாதிரியே நீடாமங்கலத்துக்குப் போய் வரும் ஜட்காவாகவே இருந்துவிட்டுப் போகிறதென்று தீர்மானித்தேன். அது முதல் ஓர் ஆள் வைத்து வண்டியை ஓட்டச் சொன்னேன். ஆள் யார் தெரியுமா?"

தன்னை ஏதோ கேள்வி கேட்டதாக நினைத்துக் கொண்டு, "எனக்கு எப்படித் தெரியும்?" என்றார் நாயுடுகாரு.

"சொல்வதைக் கேளும். பழைய வண்டிக்காரனையே வைத்து ஓட்டினேன். இப்படிச் சில நாட்கள் சென்றன. ஒரு சமயம் எனக்கு அடுத்த ஊருக்குப் போக வேண்டி இருந்தது. வண்டிக்காரனுக்கோ வைசூரி. வண்டியைக் கட்டி நானே ஏறி உட்கார்ந்தேன். குதிரை முன்னோட்டம் பின்னோட்டம் ஓடிற்று. குதிரை மக்கார் செய்ததைப் பார்த்துவிட்டு ஒரு ஹல்வா வாங்கிக் கொடுத்துத் தாஜா செய்து பார்த்தேன். ஹல்வாவை விழுங்கி விட்டு என்னை மோந்து பார்த்தது. வாலை இருபக்கத்திலும் கோபமாக வீசிவிட்டு முன்னங்கால்களை அழுத்தமாக ஊன்றிக் கொண்டது.

எனக்குக் கோபம் மூண்டது. வண்டிப் பெட்டியில் ஏறி உட்கார்ந்து சவுக்கால் ஓர் அடி கொடுத்தேன். முன்னங் கால்களைத் தூக்கிக்கொண்டு குதிரை சீராகப் பாம்பு படம் எடுப்பதுபோல் வண்டியுடன் கிளம்பிற்று.''

''என்னிடம் செல்லுமா? இன்னொன்று கொடுத்தேன். பின்னங்கால்களால் பெட்டியை உதைத்தது."

''இன்னும் கோபம் வந்தது. மறுபடியும் சுளீரென்று குதிரையின் மர்மத்தில் அடித்தேன். அவ்வளவுதான். குதிரை பிய்த்துக்கொண்டு கிளம்பிவிட்டது. ஜனங்கள் முகமா, ரோட்டா ஒன்றும் தெரியவில்லை. மரங்களெல்லாம் வாள் வீச்சைப் போல் தோன்றி மறைந்தன. குதிரையின் லாடம் தெருவில் அடிபட்டு நெருப்புத் தூள் பறந்தது மட்டும் தெரிந்தது. எனக்கே ஏண்டா அடித்தோம் என்று திகில் உண்டாகிவிட்டது. இப்படி நினைத்துக் கொண்டிருந்த போதே ஏதோ ஸர் என்ற சப்தம் கேட்டது. மறுகணம் வண்டிக் கூண்டு மரத்தில் மோதி நொறுங்கிப் போனதும் நான் சாகாமல் தப்பியது மனைவியின் மாங்கல்ய பலம் என்று அறிந்தேன். குதிரை மட்டும் ஒன்றும் தெரியாதது போல் வடக்கு நோக்கி நின்று கொண்டிருந்தது. இதோ இடதுகைக் கட்டை விரலைப் பார்த்தீரா?" என்று நிறுத்தினார் சின்னச் சிவராம பிள்ளை.

''உமக்குக் கட்டைவிரல் தான் இல்லையே. உம்மைத் தெரிந்து கொண்டது முதல் கேட்கவேண்டும் என்ற எண்ணம். சந்தர்ப்பம் வாய்க்கவில்லை'' என்றார் நாயுடுகாரு.

"அப்போது நசுங்கின விரல்தான். ஆஸ்பத்திரியில் அது பிரயோஜனப்படாது என்று எடுத்து எறிந்து விட்டார்கள். மறுநாளே குதிரையைத் தொலைத்துவிட்டு மறுகாரியம் பார்ப்பதென்று தீர்மானித்தேன். மூன்றாம் மாதம் சிவகங்கை ஜமீன்தாருடைய ஆள் அதை வாங்கிப் போனான். சனி ஒழிந்தது என்று நினைத்தேன். இப்போது நினைத்துக் கொண்டால் கூடக் காட்டுச்சங்கிலி நீடா மங்கலத்துக்குப்

போவதுபோல் தோன்றுகிறது. அடாடா! குதிரை என்றால் குதிரை! ஏன் விற்றோம் என்று ஏங்குகிறேன்.''

"ஏன்?'' என்றார். நாயுடுகாரு.

"இதைப் பாருங்கள்" என்று சிவராமபிள்ளை தினசரியில் ஓர் இடத்தைக் குறிப்பிட்டார்.

"கவர்னர் ப்ளேட். சிவகங்கை ஜமீன்தாரால் எதேச்சையாக வாங்கப்பட்ட குதிரை காட்டுச்சங்கிலி முதல் பரிசு பெற்றது வியக்கத் தக்கது'' என்று படித்தார் நாயுடுகாரு.

"இப்போது என் குதிரையாயிருந்தால்....'' என்றார் சிவராமபிள்ளை.

"பந்தயத்துக்கா போகும்? ஜட்காவண்டிக் குதிரையாக இருக்கும். இருந்தாலும் குதிரையை நீங்கள் ஓட்டி இருக்கக் கூடாது. வழக்கமாக ஓட்டும் ஆள் இல்லாவிட்டால் அப்படித் தான் இடக்குச் செய்யும் என்று நினைக்கிறேன்'' என்றார் நாயுடுகாரு.

"அதுகூடக் காரணமாக இருக்காது. அந்தக் குதிரை ரொம்ப அறிவுள்ளது. உயர்ந்த ஜாதி. அதைக் கொண்டு போய் நான் மறுபடியும் ஜட்காவண்டிக் குதிரை மாதிரி நடத்தி இருக்கப் படாது. அதனால்தான் என்னைப் பார்த்ததும் கோபம் வந்து விட்டது."

"இருக்கலாம், இருக்கலாம்... பீமஸேனனிடம் ஒரு கலம் உளுந்தைக் கொடுத்துப் பருப்பாக உடைக்கச் சொன்னால் அவனுக்கு எப்படி இருக்கும்? அந்த ஆக்ஞை பிறப்பித்தவன் கதி என்னவாகும்? அதுபோலத்தான் இருக்கு காட்டுச் சங்கிலி விஷயம்'' என்று சிரித்தார் நாயுடுகாரு.

சின்னச் சிவராமபிள்ளையும் கூடச் சேர்ந்து சிரித்தார்.

காணிக்கை

சதங்கை ஓசையுடன் வண்டி வாசலில் நின்றதுதான் தாமதம், உள்ளேயிருந்து குழந்தைகள் திண்ணைக்கு வந்து வெறி பிடித்தவர்கள் போல் குதித்துக் கூச்சலிட்டார்கள்.

தகப்பனார் டவுனுக்குப் போய்த் திரும்பினார் என்றால், ஏழைக் குழந்தைகளுக்குப் பட்டாணிக் கடலை, வாழைப்பழம் என்று பொருள். பணக்காரக் குழந்தைகளுக்குப் பீஸ் பீஸாகச் சட்டைத் துணி, டஜன் கணக்கில் பட்டுப் பாவாடை என்று பொருள். இந்தக் குழந்தைகளுக்குத் தின்பண்டம், தையல் நூல் என்ற பொருள்.

வண்டியிலிருந்து ராமேசம் இறங்கித் திண்ணை ஏறியதும், குழந்தைகள் ஆளுக்கு ஒரு பக்கமாகப் பிடித்துக் கொண்டார்கள். தகப்பனாருக்கு இந்த அதிசயச் சுங்கச் சாவடியின் கெடுபிடி நன்றாகத் தெரியும். எனவே சுங்க வரியைச் செலுத்தும் அடக்கத்துடன் சிறு பையன்களுக்குத் தின்பண்டமும், பெண் குழந்தைகளுக்குத் தையல் நூலும் நீட்டிவிட்டு உள்ளே நுழைந்தார்.

கூடத்தில் யாரும் இல்லை. பெரிய கடிகாரம் மட்டும் தகரக் கடைக்காரன் தட்டுவது போல ஒழுங்காகச் சத்தம் செய்து கொண்டிருந்தது.

வண்டிச் சத்தமும், குழந்தைகள் கொம்மாளமும் தெருக்கோடி வரையில் எட்டக்கூடியதான போதிலும் அவை கூடத்தைத் தாண்டிச் சமையலறைப் பக்கம் போனதாகவே தெரியவில்லை. ஏனென்றால், குழந்தைகள் வெளியே வந்தார்களே, அவருடைய மனைவி சமையல் அறையிலிருந்து தலையையாவது நீட்ட வேண்டாமா? நீட்டவில்லை. ஆனால்,

இதில் வியப்பொன்றும் இல்லை. தலையை நீட்டியிருந்தால்தான் வியப்பு. கணவரே இதை எதிர்பார்க்கவில்லை. நிதானமாகக் கூடத்தைக் கடந்து சமையலறை வாசலண்டை போனார். நேரம் தாண்டி மனிதன் தூங்கினாலும், கடமையில் தவறாது செம்மேனியாகக் கிழக்கில் மலரும் வானத்துத் தாமரை போல் மனைவி அடுப்பண்டை ஊதுகுழாயை வைத்து ஊதிக்கொண் டிருந்தாள். அவர் பேசவில்லை. மனைவி ஊதிக்கொண்டே இருந்தாள். ஈர விறகு. மஞ்சளாகப் புகை கிளம்பி, ஊதுகுழாயின் வழியாக ஏறிக் கொஞ்சம் வாய்க்குள்ளும் கண்ணுக்குள்ளும் போய் விட்டது.

கண்களைக் கசக்கிக்கொண்டு மெதுவாக இருமி விட்டுத் திரும்பாமலே, "பாப்பா! போன வண்டி இன்னும் வரவில்லையா?" என்றாள்.

"வந்துவிட்டதே" என்றார் ராமேசம். மனைவி கொஞ்சம் திடுக்கிட்டுத் திரும்பிப் பார்த்தாள்.

"சமையல் ஞாபகம். நீங்கள் வந்தது எனக்குத் தெரிய வில்லை." அதனால் பரவாயில்லை என்று சொல்ல அவருக்கு விருப்பம். ஆனால் வார்த்தை நெஞ்சத்தின் சிறையிலிருந்து விடுதலைப்பட்டால் தானே! அப்போதைப் போல் அவர் நெஞ்சம் என்றும் குழம்பியதில்லை.

மௌனமாகத் தாமரை இலையில் சுற்றிய பொட்டலத்தையும் ஒரு மடித்த கடிதத்தையும் நீட்டினார்.

"இதென்ன பூவா?"

"ஆமாம், வாங்கிக்கொண்டு வந்தேன்."

ஒரு பொட்டலத்தை அவிழ்த்துப் பார்த்தாள். மருதாணிப் பூவும், வெட்டிவேரும், மல்லிகையும், நீல சம்பங்கியும் சேர்ந்த கதம்பம். தவிர, முழு ரோஜாக்கள் தொடுத்த சரம்

வேறு இருந்தது. பொட்டலம் கட்டியிருந்த பொழுதைவிட இப்போது அதிக வாசனை வீசிற்று.

"ரொம்ப நன்றாய் இருக்கிறதே'' என்று சொல்லிக் கொண்டே ஓர் உதிரி ரோஜாப் புஷ்பத்தை எடுத்து மோந்து பார்த்தாள்.

"இதென்ன, பன்னீர் தெளித்தாற் போல் இருக்கிறதே?"

“ஆமாம், இது பன்னீர்க் கதம்பம்."

“அப்போது விலை ஜாஸ்தியாக இருக்குமே?''

“என்ன ஜாஸ்தி. கொஞ்சந்தான் கூட விலை.''

‘அப்படிக்கூடக் காசுபோட்டு எதற்காக?''

"சும்மாத்தான்.''

மனைவிக்கு இது கொஞ்சம் ஆச்சரியமாகத்தான் இருந்தது. இருந்தாலும் அதைப் பொருட்படுத்தாமல், "இதென்ன கடுதாசு?'' என்றாள்.

“பாரேன்'' என்று தமக்குச் சம்பந்தமற்றவரைப் போல் பேசினார். மனைவி கடிதத்தைப் பிரித்தாள். ஊர், தேதி ஒன்றும் காணவில்லை. ‘ருக்மிணிக்கு' என்று ஆரம்பித்திருந்தது. அவள் மேலே படிக்கவில்லை. “ஆமாம், இதை யார் எழுதி இருக்கிறார்?''

"அடியில் பார்த்தால் தெரிகிறது."

“சொல்லப்படாதா?"

“நீ பாரேன். அப்புறம் சொல்கிறேன்."

ருக்மிணி கடிதத்தின் அடிப்பாகத்தைப் பார்த்தாள். ‘ராமேசம்' என்று கையெழுத்திட்டிருந்தது. அவளுக்கு ஒன்றும் புரிய வில்லை.

“இது யார் ராமேசம்? ருக்மிணிக்கு என்று ஆரம்பித் திருக்கிறது. யாருக்கு யார் எழுதினது என்று புரியவில்லை. என்னிடத்தில் கொடுப்பானேன்?”

"புரியவில்லையா? ருக்மிணி என்றால் நீ தான்.”

"அப்போது அது?'

"நான் தான்.”

"நீங்களா? எனக்கா?” என்று திகைத்து ஒரு நிமிஷம் நின்றாள்.

ஒரு விநாடி கழிந்தது. "நான் இருப்பதும் இங்கே தான். நீங்கள் இருப்பதும் இங்கே தான். எனக்கு நீங்கள் தபால் எழுதுவானேன்? புரியவே இல்லையே” என்றாள்.

"படித்தால் தெரிகிறது.”

மனைவி கடிதத்தை ஊன்றிப் படித்தாள். படித்து முடிந்ததும் கணவனை ஏறிட்டுப் பார்த்துவிட்டு மறுபடியும் கடிதத்தைப் படித்தாள். பிறகு நிதானமாகக் கடிதத்தை மடித்துக் கையில் வைத்துக்கொண்டு கணவனை நோக்கினாள்.

“கடுதாசி புரியவில்லையே.”

“நீதான் இரண்டு தரம் படித்தாயே."

“படித்தேன். என்னவோ புதிதாக என்னிடம் கண்டு பிடித்திருக்கிறீர்களே, அதற்காகத்தான் கேட்கிறேன். இது ரொம்பப் பழசு; புதுசே அல்ல. இந்த வீட்டில் அடி எடுத்து வைத்தது முதல் பெரியவர்கள் உபதேசம் செய்தது போல் நடந்து வந்திருக்கிறேன். பத்து வருஷமாக நடக்கிற பழசில் புதுசைக் கண்டீர்களே அதுதான் ஆச்சரியமாக இருக்கிறது."

“கண்ணை மறைத்த திரை இப்போதுதான் கழன்றது."

"தபால், திரை, பன்னீர்க் கதம்பம்.... எல்லாம் கதை மாதிரி

இருக்கு.''

"நிஜக் கதை சுவாரஸ்யமாகத்தான் இருக்கும். பார்க்க மட்டும் நமக்குக் கண் இருப்பதில்லை. இப்போது எனக்குக் கண் திறந்து போச்சு."

''கண்ணைத் திறந்த டாக்டர் யார் என்று தெரிந்தால் நல்லது.''

''அதெல்லாம் இல்லை. நானும் தாலூக்கா ஆபீஸ் குமாஸ்தா மாத்யூசும் ஊருக்குப் போய் வருகிறோம் என்று சொல்லிக் கொண்டு கிளம்பினோம் அல்லவா?''

''ஆமாம். பின்மாலை அந்த நேரத்திலே காபி போட்டுத் தந்தது எனக்கே பிடிக்கவில்லை. ராத்திரிப்பால். அதுவும் ஒரே தண்ணி. காபி எப்படித்தான் இருந்ததோ?"

"மாத்யூஸ் வீட்டுக்குப் போனேன். வீடு சாத்தி இருந்தது. அரவத்தையே காணவில்லை.''

"ராத்திரி மூன்று மணிக்கு அரவம் கேட்குமாக்கும்!''

"உள்ளே விளக்கு மாத்திரம் எரிந்துகொண்டிருந்தது. மறந்துவிட்டேன். நீ போட்ட காபி அப்படி ஒன்றும் மோசமாக இல்லையே.''

''நல்ல வேளை.''

"மாத்யூஸ்! என்று இரண்டு தரம் கூப்பிட்டேன்.''

''உங்களுக்கு ஒன்றுமே தெரியவில்லை. நமக்குக் கல்யாணம் எல்லாம் பழசாகப் போச்சு. அவர்களுக்கும் அப்படித்தான் என்று நினைக்கலாமா? போன வருஷந் தானே கல்யாணமாச்சு. அந்தப் பெண் குடித்தனம் நடத்த வந்து ஆறு மாதங்கூட ஆகவில்லை. சிறிசுகள் குடித்தனம் பண்ணுகிறார்கள். பாதி ராத்திரியில் கதவைத் தட்டிக் கூப்பிட்டால் எப்படி இருக்கும்!''

“திருடன், தேள் என்றால்தான் சிறிசுகள் எழுந்திருக்க வேண்டுமாக்கும்! கேள். மாத்யூஸ் கதவைத் திறந்தான்.”

'இப்போது கிளம்பி ரஸ்தாவுக்குப் போனால்தான் மோட்டார் பஸ் வருவதற்குச் சரியாக இருக்கும். கிளம்பு” என்றேன்.

"போவோம் இரு, ஒரு நிமிஷம்” என்று சொல்லி ஒரு பிரம்பு நாற்காலியை இழுத்துப் போட்டுவிட்டுக் கிணற்றங்கரைப் பக்கம் போனான்.

நான் உட்கார்ந்திருந்த இடத்தில் விளக்கு இல்லை. அதற்குப் பக்கத்தில் இருந்த அறையில் பள்ளியறை விளக்கு சிறிதாக எரிந்துகொண்டிருந்தது. சுடர் அடங்கியிருந்தபோதிலும் அந்த அறையிலுள்ள பொருள்கள் அவ்வளவும் தெரிந்தன. ஓர் ஓரத்திலே மேஜை நாற்காலிகள். மேஜை மேல் எரிந்து தீர்ந்து போன ஊதுவத்திக் கட்டைகள் நிறைந்த ஊதுவத்தி தாங்கி, வெற்றிலைத்தட்டு, சிதறிக்கிடந்த சில ரோஜா இதழ்கள். அறை நடுவில் கொசுவலையிடப்பட்ட ஒரே கட்டில். அவன் மனைவி உள்ளே தூங்கிக் கொண்டிருந்தாள். கொஞ்ச நேரம் ஆனதும் அவன் திரும்பி வந்து கொசுவலையைத் தள்ளினான்.

“அற்புதம்!” என்று முதலில் மெதுவாகக் கூப்பிட்டுக் கொண்டே தொட்டு எழுப்பினான்.

குளிர்காலத்தில் மூலையில் சுருண்டு கிடக்கும் நாயை எழுப்பி விட்டது போல் புரண்டு படுத்துக் கொண்டாள்.

"அற்புதம்!” என்று மறுபடியும் கொஞ்சம் அழுத்தமான குரலில் கூப்பிட்டான்.

அவள் எழுந்து உட்கார்ந்து கண்களைக் கசக்கிக் கொண்டாள்.

“ஏன்?”

“ஊருக்குப் போய் வாரேன். இப்போது போனால் தான் பஸ் கிடைக்கும்.”

"எந்த ஊருக்கு?"

"ராத்திரி உன்னிடம் சொன்னேனே."

"ஆனால் இப்போது ராத்திரி இல்லையா?"

"மாசத்தில் ஒரு தரம் இரண்டு தரம் அந்த சிநேகிதனைப் பார்த்துவிட்டு வந்தால்தான் நல்லது. சிநேகிதத்துக்கும் உத்தியோகத்துக்கும் சரி."

உட்கார்ந்திருந்தவள், வேர்க்கறையான் வெட்டிய மலர்ச் செடிபோல், துவண்டு மெத்தையிலே சாய்ந்தாள்.

"தனியே என்னை விட்டுப் போவது இன்னும் நல்லது."

இதைக் கேட்ட மாத்யூஸ் என் பக்கமாக முகத்தைத் திருப்பினான். "உஸ்! கத்தாதே. அவர் காதில் விழப்போகிறது."

"யார் காதில் விழுந்தால் எனக்கென்ன? மாதா கோவிலில், பொன்மலர்க் கொத்துப்போல் எரியும் மெழுகுவத்திகளின் முன்பு பாதிரியார் சொன்னதென்ன? இருவரையும் சாவு பிரிக்கும் வரையில் ஒன்று என்று சொல்லவில்லையா? நீங்களும் உறுதி கூறியதென்ன? கோட்டான் குமுறும் வேளையில் நான் ஒண்டியாக இருக்கிறேன்."

"பாதிரி இதையா சொன்னார். ஜலதரங்கக்கிண்ணியில் வீறல் இருக்கக்கூடாது என்றார். கிண்ணியை நகர்த்தக் கூடாது என்று சொல்லவில்லையே. நாளைச் சாயங்காலத்துக்குள் வந்து விடுவேன். இதுகூட..."

"ஆகட்டும்" என்று கையைத் தலைக்கு மேலாகத் தலையணையில் எறிந்தாள்; உடம்பைத் திருப்பிக் கொண்டாள்.

"எங்க ஐயாவைக் கண்டால் பிடிக்கவில்லை. காலையில் வருவதாக எழுதியிருக்கவில்லையா? அவர் வருகிறபோது நீங்கள் இருக்க வேண்டாமா?"

"அவர் ஒரு மாச லீவில் வருகிறாரே; நாளைச் சாயங் காலம் பார்த்தால் கோபித்துக்கொள்ள மாட்டார்; முழுகிப் போகிறது போல உனக்குத்தான் கோபம் வருகிறது."

"முழுகிப் போகிறதா? இஷ்டப்படி செய்யுங்கள்" என்று போர்வையை இழுத்துப் போர்த்துக் கொண்டாள். உள்ளிருந்து விம்மும் ஓசை கேட்டது.

மாத்யூஸ் என்ன நினைத்துக் கொண்டானோ, என்னிடம் வந்தான்.

"நீங்க வேணுமானால் இருங்கள். நான் மட்டும் போய் வாரேன்" என்று முந்திக் கொண்டேன்.

மாத்யூஸின் முகம் அவிந்த நெருப்பைப் போல் ஆகிவிட்டது. அவ்வளவுதான்.

மேலே ஒன்றும் சொல்லாமல் ராமேசம் மௌனமானான்.

"அதனால் இந்த மாதிரி எழுதுவானேன்?" என்றாள் ருக்மிணி.

"இதையெல்லாம் பார்த்த பிறகுதான் ஓர் உண்மையைக் கண்டுபிடித்தேன். தினம் தினம் பத்து வருஷமாக நீ வீட்டில் இருக்கிறாயே; ஒரு நாளாவது உன் இஷ்டப்படி நடந்தேனா என்ற நினைப்பு வந்தது. யோசித்துப் பார்த்தேன். புயல் காற்றுத் தன் போக்கிலேயே அட்டகாசத்துடன் போகிறதல்லவா? ஒடிந்து விழுந்த மரங்களைத் திரும்பியேனும் பார்க்கிறதா? அதே மாதிரி இருந்திருக்கிறேன் என்று விளங்கிற்று. நான் வீட்டில் பழகும் மாதிரி உன்னை ஒடிந்த மரம் மாதிரி எவ்வளவு தடவை செய்திருக்கும்?"

"இப்பொழுதென்ன அதைப்பற்றி?"

"இல்லை. சும்மாச் சொல்லு."

"ஆரம்பத்தில் இரண்டொரு சமயம் அப்படி நினைத்திருப்பேன்."

"அவ்வளவு பெரிய புண்ணை வைத்துக் கொண்டு ஊமையாக இருந்திருக்கிறாயே. இந்தப் பெண்ணைப் பார்த்ததும் மனிதன் புயலைப் போல் நடக்கக் கூடாது'' என்று தீர்மானித்தேன்.

"ஆனால் இப்போது அந்த மாதிரி நினைப்பே வருகிற தில்லை." "அது இன்னும் மோசமல்லவா? உன்னையே அழித்து விட்டேன். அம்மி மிதிக்கிறதென்றால் இதுவா அர்த்தம்? அம்மியில் பொளிவு தேய்ந்து போனால் அரைப்பதில் என்ன லாபம்? அதனாலேதான் வீட்டுக்கு வந்தால் ஏதோ மில்லில் வேலை செய்வது போல் ரஸப்படாமல் இருக்கிறது. பட்டுப் போன அந்தச் செடியைத் துளிர்க்க வைத்தால்தான் இனி நல்லது."

"துளிர்க்க வைக்கவா கடுதாசு?''

''அப்படி நினைத்துத்தான் எழுதியிருக்கிறேன்.''

"அதெல்லாம் இருக்கட்டும். பூமி மேலே கோடி கோடி வருஷமாக நடந்து போனாலும், பூமி ஏன் என்று கேட்கிறதா? செடி ஒன்றும் பட்டுப்போகவில்லை. பசுமையாகப் பூக் குலுங்கிக்கொண்டு தான் இருக்கிறது. இதோ..."

சின்னக் குழந்தை வாழைக்காய்ப் பஜ்ஜியைக் கவ்விக் கொண்டு சமையல் அறையில் நுழைந்தது.

''உங்களுக்கு ஏனோ புத்தி மயங்கி இருக்கிறது. இந்தாருங்கள் கடுதாசு, இந்தாருங்கள்."

தயங்கும் கைகளுடன் கடிதத்தை வாங்கிக் கொண்டு அவள் முகத்தைப் பார்த்தான்; தேய்த்து ஏற்றி வைக்கப்பட்ட குத்து விளக்கு எழிலுடன் சுடர் விட்டு எறிவது போல் அவள் முகம் ஒளி வீசிக் கொண்டிருந்தது.

"பூவையும் கொடுத்து விடுவாயோ?"

''பூவென்ன, இந்தக் கடுதாசி மாதிரியா? ஆனால் ஏதுக்கு?''

"அதுவா? பூமாதேவியைப் பூஜை செய்ய."

ருக்மிணி வெட்கிப் புன்சிரிப்புக் கொண்டாள்.

"உங்களுக்குக் கதை எழுதுகிற பைத்தியம் வலுத்து விட்டது. எனக்கு விளையாட இப்போது போது இல்லை" என்று அடுப்பண்டை சென்று ஊதுகுழலை எடுத்துக் கொண்டாள்.

மாப்பிள்ளை சமர்த்து

அட்வகேட் முத்துவையர் வெளியூருக்குப் போய் விட்டு இரவு ஏழு மணிக்கு வீடு வந்து சேர்ந்தார். வீட்டில் யாரோ ஒருவர் புதிதாக வந்திருந்தார். அவருடைய பக்கத்தில் ஒரு வெற்றிலைப் பெட்டி இருந்தது. இரவில், வெள்ளியால் செய்தது போல் தோன்றிற்று. அதைப் பார்த்ததும், 'சுக்ர தசை ஆரம்பத்தில் தொழில் வலுக்கும்' என்று ஜோசியர் சொன்னது ஞாபகத்துக்கு வந்தது. மகிழ்ச்சியால் உள்ளம் தஞ்சாவூர்க் கோவில் நந்தி அவ்வளவு பெரியதாகி விட்டது. ஆனால் பாவம்! அடுத்த கணம் நந்தி மறைந்து போய்விட்டது. காரணம்?

“என்ன மாப்பிள்ளை, சௌக்கியமா?” என்று வந்தவர் கேட்டது தான்.

முத்துவையர்: சௌக்கியந்தான்.

வந்தவர்: என்னை உங்களுக்குத் தெரிய நியாயமில்லை. நான் கண்டமங்கலம். உங்கள் மாமனாருக்குப் பத்து நாள் ஞாதி. கண்டமங்கலத்தில் தர்ம பாடசாலை வைத்து நடத்துகிறாரே பெரிய வீட்டு விசுவநாதையர்? அது நான்தான்.

வாஸ்தவத்தில் முத்துவையருக்கு மாமனார் வழி உறவினர் ஒருவரையுமே சரியாகத் தெரியாது. இருந்தாலும் கௌரவத்தை விட்டுக் கொடுக்காமல், "ரொம்ப சந்தோஷம்" என்று அரை டஜன் தடவை சொன்னார். பிறகு சட்டையைக் கழற்றிவிட்டு, கொல்லைக் கிணற்றுக்குப் போய்விட்டார். அங்கே மனைவியைக் கூப்பிட்டுக் காதோடு காதாய், "இவர் எப்படி ஞாதி?” என்று கேட்டார்.

“எனக்குந்தான் இவரைத் தெரியவில்லை. ஆனால் பெரிய வீட்டு விசுவநாதையர் ஒருவர் உண்டு. பணக்காரர்” என்றாள் மனைவி.

சம்பந்தி இனத்தவரல்லவா? இராச் சாப்பாடு தடபுடல் உருளைக்கிழங்குப் பொடிமாஸ், வெங்காய சாம்பார், காராக்கருணை வறுவல் முதலியன.

சாப்பாடு முடிந்த பிறகு முற்றத்தின் ஓரத்தில் இருவரும் உட்கார்ந்து வெற்றிலை பாக்கு மென்று கொண்டிருந்தார்கள்.

மாப்பிள்ளை பேச்சைத் துவக்கினார்.

"இங்கே விஜயம் செய்தது வெகு அபூர்வம்."

“அபூர்வம் என்ன, மாப்பிள்ளை! இரண்டாவது அப்பீல் விஷயமாகப் பட்டணம் போனேன். அட்வகேட் ஜெனரலுக்கு வகாலத்துக் கொடுத்தேன். சின்ன அப்பீலாக இருந்தாலும் பீஸ் ஐந்நூறு வேணும் என்றார். பாதி கொடுத்தாகிவிட்டது. திரும்பி வரும் வழியல்லவா? குழந்தையை (தங்கள் மனைவியைத் தான்; புரிகிறதா?) பார்த்துவிட்டுக் காலை போட்மெயிலில் போகலா மென்ற உத்தேசம்."

பிறகு ஐந்தாறு நிமிஷம் ‘அக்கப்போர்’ பேசிக் கொண்டிருந்தார்கள். நெல் மூட்டைகளிலிருந்து அந்துப் பூச்சிகள் பறந்து வந்து இவர்கள் மேல் விழுந்தன. “வேண்டுமென்றால் தெருப்புறம் போவோம்” என்று மாப்பிள்ளை சொல்லவே, இருவரும் கிளம்பினார்கள்.

திண்ணையில் ஒரு பத்து நிமிஷம் கழிந்தது. பெரிய வீட்டு விசுவநாதையர், "எனக்குச் சகிக்கவில்லையே கொசுக்களின் ஸாமகானம். குழந்தையைத்தான் பார்த்தாகி விட்டது. ஒரு ஜட்கா வரவழையுங்கள். ரெயில்வே ஸ்டேஷனுக்குப் போய்த் தூங்கி விட்டு, அப்படியே ரெயிலேறிப் போகிறேன்” என்றார்.

உபசாரத்தில் விட்டுக் கொடுக்கவில்லை மாப்பிள்ளை. இருந்தாலும் வந்தவர், "இங்கே இருப்பதைப் பற்றி ஆசேஷபம் இல்லை. நாளைப் போக மறுநாள் ஊரில் சிவன் கோவில் கும்பாபிஷேகம். என் கைங்கர்யம். இந்கே தங்கிவிட்டால் அந்தக் காரியம் தவக்கப்படும்'' என்று சொன்னதைக் கேட்டு, மாப்பிள்ளை ஒருவாறு சமாதான மடைந்தார்.

"ஆனால் சரி, ஜட்கா வரவழைக்கிறேன்'' என்று, ‘‘சாமி ஐயர்! சாமி ஐயர்!!'' என்று தம் குமாஸ்தாவைக் கூப்பிட்டார். உடனே, ‘‘ஓகோ! அவர் வீட்டுக்குப் போய் விட்டாரோ?'' என்று ஞாபகப்படுத்திக் கொண்டு தாமே கிளம்பினார்.

ஜட்கா வந்ததும், பெரிய வீட்டு விசுவநாதையர் வெற்றிலைப் பெட்டியை வண்டியில் வைத்தார்.

"வந்தால் போனால் இறங்கிவிட்டுப் போங்கள்'' என்றார் மாப்பிள்ளை.

"ஓ, பேஷாக!" என்று வண்டிப்படியில் விசுவநாதையர் காலெடுத்து வைத்தார்.

"உங்களுக்கல்லவா! பையில் ஏதோ மணிபர்ஸ் தெரிகிறதே. கொஞ்சம் ஸ்டேஷனில் சாவதானமாக இருக்கட்டும்'' என்று மாப்பிள்ளை எச்சரிக்கை செய்தார்.

"பார்த்துக் கொள்ளுகிறேன்" என்று வண்டியில் ஏறிப் போய்விட்டார் விசுவநாத ஐயர்.

முத்து ஐயர் வழக்கம்போல் திண்ணையில் படுக்கையைப் போட்டுக்கொண்டு சொஸ்தமாகத் தூங்கினார்.

மறுநாள் பலபலவென்று விடியும்பொழுது, அதாவது பிரம்மமுகூர்த்தத்தில், பிரம்மபத்திர சகிதமாகப் பிரம்மஸ்ரீ முத்துவையர் சந்தியாவந்தனம் செய்து கொண்டிருந்தார். (இவ்விடத்தில் ‘சந்தியாவந்தன' மென்பதற்கு அதிகாலையில்

வெற்றிலை போடுவது என்று விஷயம் தெரிந்தவர்கள் வியாக்கியானம் செய்வார்கள்.)

அப்போது தெருவில் கலீர் கலீர் என்று சலங்கை ஓசை கேட்டது. அடுத்தாற் போல், பெரிய வீட்டு விசுவநாதையர் ஜட்கா வண்டியிலிருந்து இறங்கினார். கேட்டுக்கு ஒன்றும் புரியவில்லை.

"தூங்கிக் கீங்கிப் போய்விட்டீர்களா? ரெயில் விட்டதா?" என்றார்.

"இல்லை, மாப்பிள்ளை! ஏமாந்து போய்விட்டேன்."

"ஏன்? எப்படி?"

"நீங்கள் பர்ஸ் ஜாக்கிரதை என்று எச்சரிக்கை செய்தீர்களல்லவா?"

"ஹூம்."

"அதன் பேரில் இரண்டாவது கிளாஸ் பிரயாணிகள் தங்கும் இடத்துக்குள் போய்த் தாழிட்டுக் கொண்டு சாய்மான நாற்காலியில் படுத்துத் தூங்கிவிட்டேன். இரவு இரண்டு மணி இருக்கலாம். அதட்டிய குரல் ஒன்று, 'யாரையா அது, தாழிட்டுத் தூங்குவது? பிரபுக்கள் பலருக்காக ஏற்பட்ட இடமல்லவா? தாழைத் தள்ளும்' என்றது."

நான் கதவைத் திறந்ததும் என் கண்முன் யாரோ ஜமீன்தார் போல் ஒருவர் காணப்பட்டார். அவரைச் சுற்றிலும் நான்கு அல்லது ஐந்து ஆட்கள் கைகட்டி வாய் புதைத்து நின்றார்கள். நான் எவ்வளவு அந்தஸ்துள்ளவனாக இருந்த போதிலும், அவரையும் அவருடைய ஆட்களையும் பார்த்தவுடன் கடுகானது போன்ற உணர்ச்சி ஏற்பட்டது.

"டேய்! மெத்தையைப் போடு. போகி ஆட்களை ஊருக்குப் போகச் சொல்லு!" என்று ஜமீன்தார் விட்டார்.

யாரோ ஒருவன் ஓர் உயர்ந்த வெல்வெட் மெத்தையைக் கீழே விரித்தான். அதற்குப் பிறகு எனக்குச் சாய்மான நாற்காலியில் படுத்துத் தூங்கத் துணிச்சல் வரவில்லை. சுவர் ஓரத்தில், ஜரிகை அங்க வஸ்திரத்தை விரித்துப் போட்டுக் கொண்டு தூங்கினேன். போட்மெயில் வருவதற்குச் சற்று முன்னோடு யாரோ ஜேபியில் கைபோடுவது போல் இருந்தது. திருடன்! திருடன்! என்று கத்திக்கொண்டே எழுந்திருந்தேன்.

ஆச்சரியத்திலும் ஆச்சரியம்! என் பணப் பையைக் கூசாமல் எடுத்துக் கொண்டு சென்ற ஜமீன்தார் தாமும், 'திருடன்!' என்று கூச்சலிட்டார்.

“அதற்குள் இரண்டு மூன்று போலீஸ்காரர்கள் வந்தார்கள். அவர்களிடம் விஷயத்தைச் சொல்ல வேண்டி "இதோ பாருங்கள்...." என்று நான் ஆரம்பிப்பதற்குள், ஜமீன்தார் பிறவிப் பிரபுவைப் போல் மெதுவான குரலில் இடைமறித்து, “கிராமாந் தரங்களில் அடிதடி ஏற்பட்டால், அடிபட்டவன் கிரிமினல் கேஸ் கொடுப்பதற்கு முந்தி அடித்தவன் ஒரு கேஸ் கொடுத்து விடுவது வழக்கம். அதைப்போல அந்தச் சுவரண்டை நிற்கும் பார்ப்பான் என் பணப்பையைத் திருடிவிட்டு, 'திருடன்' என்று கூக்குரலிடுகிறான். அவனிடத்திலிருந்து பணப்பையைப் பிடுங்கப்பட்ட பாடு தெய்வம் அறிந்துவிட்டது” என்றார். இதைக் கேட்டதும் எனக்குத் தூக்கி வாரிப் போட்டது. ஜமீன்தாருடைய குரலையும், வெல்வெட் மெத்தையையும், செழும் மீசையையும், மணி பர்ஸையும் பார்த்த போலீஸ்காரர்கள் நான் சொல்லுவதையா நம்பப் போகிறார்கள் என்ற பயம் ஏற்பட்டது. பேசிப் பார்க்கலாமென்றால் நாக்கு எழவில்லை. “வா ஐயா ஸ்டேஷனுக்கு” என்ற சப்தத்தைக் கேட்டதும் சோகம் போட்டுவிட்டது. தப்பினால் போதும் என்ற ஸ்திதியை அடைந்தேன். ஒரு யுக்தி செய்தேன். "ஜமீன்தார்வாள்! தெரியாமல் செய்துவிட்டேன். மன்னிக்க வேண்டும்” என்று கை குவித்தேன். ஜமீன்தார் கம்பீரமாக, “பிழைத்துப் போகிறான் ஐயன், விட்டு விடுங்கள்” என்று உத்தரவிட்டார்."

“அப்பா! தப்பிப் பிழைத்தேன். தலைக்கு வந்தது முந்நூற்று ஐம்பது ரூபாயுடன் போயிற்றே! அது என் மனைவியின் மாங்கல்ய பலம் என்று நினைத்துக் கொண்டு வெளிப்பட்டேன். ஒரு போலீஸ்காரன் குறுக்கிட்டுக் கண் சிமிட்டினான். வெற்றிலைப் பெட்டியை ‘வாய்க்கரிசி’ போட்டேன் அவனுக்கு. அவ்வளவு தான். இதோ வந்து நிற்கிறேன். எனக்குப் போனதிலெல்லாம் வருத்தமில்லை. கும்பாபிஷேகம் தடைப் படுகிறதே என்ற வருத்தந்தான். ரெயில் செலவுக்குக் காலணா இல்லை."

“அதென்ன பிரமாதம்? நீங்கள் சொல்வதைப் பார்த்தால், ஜமீன்தார் என்று வேஷம் போட்டுக்கொண்டு நாகரிகக் கொள்ளை யாரோ அடித்திருப்பதுபோல் இருக்கிறது. ஆளை அடையாளம் தெரியுமா?” என்றார் அட்வகேட் முத்துவையர்.

"அது என்ன எழவோ! பிடித்த சனியன் இத்தோடு போகட்டும். போலீஸில் பதிய வைக்கிறது முதலிய புதுச் சனியன் வேண்டாம். கும்பாபிஷேகம் கெட்டு விடும்.”

“பணம் தான் தருகிறேன். அதற்காக வருத்தப்பட வேண்டாம். எவ்வளவு வேண்டும்?”

“இரண்டாவது கிளாஸ் பதினைந்து ரூபாய் ஐந்தே காலணா. சரியென்று சொல்லிவிட்டு முத்துவையர் உள்ளே பணப் பெட்டியண்டை சென்றதும் பெட்டியில் பணம் அதிகமாக இல்லாதது ஞாபகம் வந்தது. உடனே கொல்லை வழியாகச் சென்று பக்கத்து வீட்டிலிருந்து பதினாறு ரூபாய் கைமாற்று வாங்கிக்கொண்டு வந்து அலமாரியில் வைத்துவிட்டு தெருப் புறத்திற்கு வந்தார்.

"உள்ளே வாருங்கள். காபி சாப்பிட்டு விட்டுப் போகலாம்” என்றார் மாப்பிள்ளை.

காபி ஆன பிறகு அலமாரியிலிருந்த பணத்தை எடுத்துக் கொடுத்தார்.

"இந்தக் கை பிறரிடம் பணம் கடன் வாங்கினதே இல்லை. இப்போது பாருங்கள்" என்று விசுவநாதையர் வருந்தினார்.

"இதெல்லாம் நாம் செய்து கொள்ளுகிறதா?"

"ஹூம்! இருக்கட்டும். ஊருக்குப் போனதும் தந்தி மணியார்டர் அனுப்பிவிடுகிறேன்."

"என்ன அவசரம்? சாதாரணமாக அனுப்பலாம்."

"அப்படியல்ல மாப்பிள்ளை. இது ஜலதோஷத்தைப் போல எனக்குத் தலையில் பாரமாக இருக்கும். தந்தி மணியார்டர் செய்தால்தான் சொஸ்தமாக இருக்கும்."

"எனக்கு ஒரு அவசரமும் இல்லை. அவ்வளவுதான் நான் சொல்லக் கூடியது. பிறகு உங்கள் இஷ்டம்."

"ரொம்ப சந்தோஷம்; சமயத்தில் உதவி செய்ததற்குக் கும்பாபிஷேகத்தின் பலன் உங்களுக்குத்தான். இப்படிப் போய் வரட்டுமா?" என்று விடை பெற்றுக் கொண்டு கிளம்பிவிட்டார் பெரிய விசுவநாதையர்.

அடுத்த நாள் காலையிலிருந்து மாலை முழுவதும் தந்தி மணியார்டர் வரவில்லை. இப்படியே மூன்று நாள் ஆகிவிட்டது. கும்பாபிஷேகத் தடபுடலில் இதை மறந்திருக்கலாம் என்று முத்துவையர் தைரியமாக இருந்து விட்டார்.

மூன்று நாளுக்குப் பிறகு இன்னும் மூன்று நாள் ஆயிற்று. பிறகு அது ஒரு பக்ஷமாக நீண்டது. ஒரு விதத் தகவலும் இல்லை. முத்துவையர் மொணமொணக்கத் துவக்கினார். இது விஷயம் மனைவியுடன் கொஞ்சம் பேசிப் பார்த்தார்.

"பாழாய் போன கௌரவம்! என்னைக் கேட்டா கடன் வாங்கிக் கொடுத்தீர்கள்?" என்று ஓர் அலசு அலசினாள் அவர் மனைவி.

அடுத்த க்ஷணத்தில் அட்வகேட்டின் மனத்தில் ஒரு தத்துவம் உதயமாயிற்று. "எதை எதிர்பார்க்கிறோமோ அது நம்மை ஏமாற்றும். எதை அலக்ஷ்யம் செய்கிறோமோ அது ராம்ராம் சலாம் போட்டுக்கொண்டு நம்மைத் தேடி வரும். எனவே, இந்தப் பதினாறு ரூபாயை அலசயம் செய்து மறந்துவிடு" என்று மனத்துக்குக் கட்டளை இட்டார்.

ஒரு மண்டலம் ஆயிற்று. அடுத்த நாள் முத்துவையருக்கு ஒரு தபால் கிடைத்தது:

மெய்யூர்.

சேஷமம்! அநேக கோடி நமஸ்காரம். இடது கை வழங்குவதை அறியாத வலது கை உடைய தங்கள் பெருந்தன்மை மேன் மேலும் வளர்க. சமயத்தில் தாங்கள் எனக்கு மூக்குக் கொடுத்ததைப் பற்றி எப்படிப் புகழ்ந்தால்தான் தகாது! ஆனால் நான் முகஸ்துதி செய்யும் வழக்கம் இல்லை.

எனக்கு மூன்று பெண் குழந்தைகளும் கையில் ஓர் ஆண் குழந்தையும் மற்றொரு குழந்தையின் ஆரம்பமும் இன்னும் அநேகம் ஏற்படக் கூடிய நிச்சயமும் வருகின்றன. சிக்கன ஏற்பாட்டில் கீழ் வீட்டுக்கு அனுப்பப்பட்ட துர்ப்பாக்கிய குமாஸ்தாக்களுல் நானும் ஒருவன் அப்போது முதல் எனக்கு வேலை கிடைக்கவில்லை வேலையை உத்தேசித்து நடந்தலைந்த தூரத்தை மைல் கணக்கில் நீட்டிச் சொன்னால், இங்கிருந்து ஸான்பிராஸைஸ் எவ்வளவு மைல் தூரம் இருக்குமோ அவ்வளவு இருக்கும். இன்ஷ்யூரன்ஸ் ஏஜென்னா கூட கிடைக்க்கவில்லை. எல்லாம் எனையாளும் ஈசன் செயல் ஈசனைக் கூப்பிடக்கூடிய பாத்யம் எனக்குண்டா என்பது ஒரு கேள்விதான்.

கொஞ்சம் மன்னிக்கவேண்டும் பெண்சாதி பிள்ளைகளைக் காப்பாற்றும்படி தலையில் கூழைக் கரைத்துக் கொட்டியிருக்கிறதென்று அநாதியான சாஸ்திரங்கள் சொல்லி வரும் ஸ்திதியில், என்னைப் படைத்த கடவுள் இவ்வளவு

பொறுப்பற்றவராக இருப்பாரென்று நான் எதிர்பார்க்கவே இல்லை. குழந்தைக்குத் துரோகம் செய்யும் தாயார் உண்டு - அது கடவுள் இல்லாவிட்டால், என் குழந்தைகளுக்கு வெறும் கஞ்சி வார்க்க வேண்டிய கடனுக்காக (நீங்கள் குசாலாக அதையே கடமை என்று சொல்லலாம்) தங்களிடம் காசுக்காகப் பணம் யாசிக்க வேண்டிய அவசியமே இருந்திருக்காது. ஆறு மாத காலமாக வேலையில்லை. வயிற்றுக்குச் சரி வர சோறில்லை. தங்கள் புண்ணியத்தால் அன்று முதல் இன்று வரை ஒரு மாதிரி காலம் தள்ளிவிட்டேன்! இனி என்ன கதியோ! ஆகையால், என்னை மன்னித்து ஏழைகளைக் காப்பாற்றிய புண்ணியத்தை ஏற்றுக்கொள்ளுங்கள். அத்துடன் என் மனைவியின் வாழ்த்துக்களையும் இதன் மூலமாகப் பெற்றுக் கொள்ளுங்கள். குழந்தைகளுக்குச் சோறிட்ட மகாராஜன் என்று தினமும் வாழ்த்துகிறாள். அவளிடத்தில் எனக்குத் தாங்கள் சிறிய வேலை கொடுத்ததாகவும், அதற்காகச் சம்பளம் ரூபாய் பதினாறு தாங்கள் கொடுத்ததாகவும் சொல்லியிருக்கிறேன். வேறு எப்படிச் சொல்லுகிறது? ஸ்கூல் பைனல் வரையில் வாசித்ததும், சில வருஷங்கள் உத்தியோகம் பார்த்திருந்தும் கூட என் புத்தி வேறு வழியில் செலவாகாமலிருக்கும் சங்கடத்துக்கு நான் ஜவாப் அல்ல. உண்மையில் நான் பொய்யனல்ல. தங்கள் உறவினன்தான். இவ்வளவும் வயிற்றுக் கொடுமை! எனக்கு ஒருவேளை எப்போதாவது வேலை கிடைத்துப் பணம் வந்தால், தங்கள் பணத்தைக் கொடுத்துவிடுகிறேன். என்னைத் தயை செய்து மன்னிக்க வேண்டும்.

இப்படிக்கு,

பொறுப்பற்ற கடவுளால் பிறப்பிக்கப்பட்டவனும் ஜனங்களால் ரக்ஷிக்கப்பட்டு வருபவனுமான தொழிலில்லாத அபாக்கியன், சேஷு.

முற்றும்.

www.ingramcontent.com/pod-product-compliance
Lightning Source LLC
LaVergne TN
LVHW010941051026
849532LV00003B/1078

* 9 7 8 8 1 6 8 5 1 1 2 5 5 *